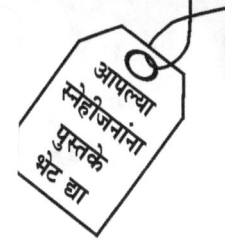

गारवेल

शंकर पाटील

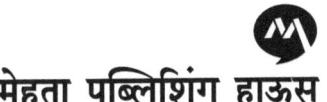

मेहता पब्लिशिंग हाऊस

GARVEL by SHANKAR PATIL

गारवेल : शंकर पाटील / कथासंग्रह

© सुरक्षित

मराठी पुस्तक प्रकाशनाचे हक्क मेहता पब्लिशिंग हाऊस, पुणे.

प्रकाशक : सुनील अनिल मेहता, मेहता पब्लिशिंग हाऊस,
१९४१ सदाशिव पेठ, माडीवाले कॉलनी, पुणे - ४११०३०.

प्रकाशनकाल: १७ मार्च, १९८०
मेहता पब्लिशिंग हाऊसची दुसरी आवृत्ती : जून, २०१० /
नोव्हेंबर, २०१२ / सप्टेंबर, २०१४ /
पुनर्मुद्रण : जानेवारी, २०१७

मुखपृष्ठ : देविदास पेशवे

P Book ISBN 9788184981223
E Book ISBN 9789387319677
E Books available on : play.google.com/store/books
m.dailyhunt.in/Ebooks/marathi
www.amazon.in

साहित्याच्या संशोधनातच काव्यानंद चाखणारे
डॉ. यू. म. पठाण
व
काव्यातच जीवन जपणारे
प्रा. पुरुषोत्तम पाटील
या दोन जीवलगांना–

गेल्या पाव शतकाच्या माझ्या वाटचालीत यांच्या स्नेहाचा गारवेल मला सदैव थंडावा देत आला. उन्हाळ्यातही तो कधी सुकला नाही, वाळला नाही; सदैव हिरवागार राहिला... स्नेहाचा हा गारवेल मी कसा विसरू शकेन? म्हणून शब्दांचा हा गारवेल तुम्हालाच.

अनुक्रमणिका

गारवेल

ढाण ढाण दिवा जळावा तशी दुपार धगधगत होती. ऊन झळ्या मारत होतं. वर तोंड करून आभाळाकडं बघवत नव्हतं.

शिवा आपल्या खोपीत पाय लांब करून पडला होता. घामानं अंग चिकचिकत होतं. धड डोळाही लागत नव्हता. अधनंमधनं उसासा सोडून तो कूस बदलत होता. अंगावरच्या धोतरानंच गळ्या-काखेतला घाम पुसत होता. गारव्याला जरा निवांत पडावं, तर ही असली दुपार माणसाला धड पडू देत नव्हती – काही सुचू देत नव्हती.

ऊन खाली झाल्यावर शिवा उठला. तोंडानं 'आई आई आईऽऽ' असं म्हणत त्यानं एक जांभई दिली. एका हातानं तोंडापुढं दोन-तीन चुटक्या वाजवल्या. दोन्ही हात वर करून आळस झाडला. छाती पुढं काढून ताणलेले हात बेतानं खाली घेतले. मग एकदा ह्या अंगाला वळून आणि एकदा त्या अंगाला वळून त्यानं काड काड कंबर मोडली. अंग अजून मोकळंच होत नव्हतं. पंधरा-तीन वार रस्त्यावरच्या खडीचं काम करून अंग सारं आंबलं होतं. हाडं ठणकत होती. हाड आणि हाड पिचल्यागत झालं होतं. पायांचे तळवे टाकून दिलेल्या फाटक्या खेटरांगत दिसत होते. रस्त्यावरचं हे असलं ऊन खाऊन डोळे तळावले होते. कसपट गेल्यागत ते कचकचत होते. काही सुचत नव्हतं. ते खडीचं कामही सुटलं होतं. आता पोट तरी कसं भरावं, एकाला चार जीव कसे जगवावे, असं सगळं कडासनं पडलं होतं. महाविवंचना मागं लागली होती. त्यानं आपल्या दोन्ही हातांची बोटं एकमेकांत गुंतवली आणि बाहेर बघत तो सावकाश एकेक बोट मोडत बसला – एकेक घास तोंडात घालत निवांत जेवत बसावं तसं.

सगळी बोटं मोडून झाल्यावर मागं न बघताच त्यानं हात लांब करून उशाला घेतलेला पटका जवळ ओढला. भाकरीचं गठळं सोडल्यागत सावकाश त्याचे वेढे

उलगडले. दहा ठिकाणी फाटलेला तो पटका एकवार त्यानं झटकला. त्याचा कुबट भपकारा घेत तो जरा नाकाजवळ धरला. पोटातील भूक भागल्यागत झाली आणि मग कसेबसे डोक्याला चार तिढे मारून तो उठून उभा राहिला. अजून अंग हलकं झालं नव्हतं. खोपीतल्या मधल्या मेढीला धरून त्यानं एकदा कंबर चांगली तणावली आणि मग तो बाहेर आला. उगीच आपल्या धावेवर येऊन उभा राहिला.

रानाकडंही बघवत नव्हतं. जागजागी धोंगडी पसरावीत तशी काळी रानं पसरली होती. पावसाची वाट बघत पडून होती. ठिकठिकाणी भडोळ्या दिसत होत्या. माणसानं तोंड पसरावं तशी रानानं आपली तोंडं पसरली होती. वरच्या आभाळाकडं बघून 'पड पड बाबा, पड' म्हणत होती. बाबा काही कोसळत नव्हता. चौफेर नजर टाकली तरी कुठं हिरवळ म्हणून अशी दिसत नव्हती. बांधाच्या झाडांना नुसत्या फांद्या राहिल्या होत्या – पानं नव्हती. जी होती ती वाळून कडंग झाली होती. देठ तुटत नव्हता म्हणून राहिली होती. दुष्काळात सापडून होरपळणाऱ्या माणसांगतच त्यांनाही कळा आली होती.

शिवाची नजर त्यानं लावलेल्या आपल्या बांधावरच्या झाडांकडं गेली. त्याला भडभडून आलं. किती मेहनतीनं त्यानं ती जगवली होती! मोटेचं पाणी तिकडं पोचत नव्हतं म्हणून कावडीनं पाणी नेऊन घातलं होतं. जनावरं शेंडा खातील म्हणून काट्याचं कुपाण केलं होतं. पाणी घालता यावं म्हणून कुपाणाला दार होतं. तोंडाला धोंडा लावून ते बंद करायचं आणि धोंडा काढून उघडायचं. मुलाला जपावं तशी जपणूक केलेली झाडं आता डोक्याच्या वर गेली होती. यंदा मोहोर येऊन आंबा लागला असता, पण ते नशिबात नव्हतं. आता ती जगतात का नाही कुणास ठाऊक! नुसते त्यांचे सापळे दिसत होते. खराटा उलटा करून ठेवावा तशी त्या झाडांना कळा आली होती.

त्याला बघवेना झालं, तसा तो हलला. गळ्याखालच्या दोन्ही हाडांच्या बेचक्यात एक बोट चोळून मळ काढत काढत तो विहिरीवर आला. उगंच मोटवणाजवळ जाऊन खाली बघत उभा राहिला. काय होतं विहिरीत? पाण्याचा टिपूस नव्हता. विहीर आटून तळ उघडा पडला होता. तळाचा गाळसुद्धा वाळून खड झाला होता. जागजागी चिरा पडल्या होत्या – तळहातावरच्या रेषांगत. एक आडवी – एक उभी. नशिबाची रेषा, आयुष्याची रेषा आणि मध्ये कात्र्या... एक इथं, एक तिथं. सगळ्या कात्र्याच!

एकाएकी जवळच काहीतरी ढासळावं तसा धाडकन आवाज आला – म्हातारपावसात मातीची जुनी भिंत कोसळावी तसा. तो गर्रकन मागं वळला. एका दमात दोन ढेंगा टाकून त्या मोटवणापासून जरा लांब जाऊन उभा राहिला. त्या विहिरीच्याच एका बाजूनं एकदम धुरळा उडताना दिसला. धुरळा कसला – धुळीचे

लोटच्या लोट वर येत होते. धड डोळ्यांना काही दिसेनाही झालं. काय झालं हेच कळत नव्हतं... एकाएकी असं काय ढासळलं म्हणावं? ढासळायला असं होतं तरी काय तिथं? आरूनफिरून एक जुनं चिंचेचं झाड. पण ते तर विहिरीच्या काठाला उभंच होतं. मग असं धाडकन काय कोसळलं?

धुरळा बाजूला पसरला, तसा शिवा पुढं झाला. थक्क होऊन बघतच राहिला. एक दहा वाव लांब आणि दहा वाव रुंद असं भलं दांडगं जाळकांड त्या चिंचेवरनं खाली आलं होतं. इतकी वर्षं ठाण मांडून बसलेला तो गारवेल असा आज अवचित कोसळला होता. आपल्या बाळपणापासून शिवा त्या गारवेलाचा संसार बघत आला होता. एवढी दांडगी, डेरेदार चिंच गारवेलानं निम्मी झाकली होती. कुणाला न जुमानता तो आपला खुशाल पसरला होता. वर्षानुवर्षं भरतकाम करावं तसे टाके घालीत बसला होता. दरसाल आपलं जाळं विणतच होता. बघावं तिकडं सगळीकडं त्या झाडावर ती हिरवी वेलबुट्टी आणि फुलं दिसत होती. किती पावसाळे आणि किती उन्हाळे त्यानं पाहिले होते! किती वादळांशी झोंबी घेतली होती! अनेक वावटळी आल्या आणि चकरा मारून तशाच गेल्या. गरजणाऱ्या वळवानं झोडलं, झंझावातानं झिंजाडून विस्कटून बघितलं; पण आजवर त्यानं कधी कुणाला दाद दिली नव्हती, नमतं घेतलं नव्हतं. असा हा एवढा जिद्दीचा गडी, पण लागोपाठ पडलेल्या या तीन वर्षांच्या दुष्काळात डेंगला होता. त्याची सगळी रयाच गेली होती. यंदाच्या ह्या उन्हाळ्यात तर अंगावर एक हिरवं पान नव्हतं – मग फूल कुठलं? नुसत्या जाळ्या राहिल्या होत्या. त्याही वाळून पळकाट्या झाल्यागत दिसत होत्या. तरी तग धरली होती. एवढा उन्हाळा पार झाला असता म्हणजे त्याला डग नव्हता. पुन्हा टाके घालत बसला असता. ती हिरवी जरतार खुलली असती. पण जगाव्हर्त अशा ह्या दुष्काळानं त्यालाही नाक घासायला लावलं. ना वादळ, ना वारा. एकाएकी कोसळला बाबा. संपला त्याचा शेर! ती म्हातारी चिंचसुद्धा गदगदली. हे काय झालं, म्हणून ओणवी होऊन बघत राहिली.

जवळ जाऊन शिवा भकास डोळ्यांनी बघत राहिला – माणसानं मयताकडं बघावं तसा. आपल्या घरातलंच कुणीतरी जावं तसं त्याला वाटलं. त्याचं मनच सैरभैर झालं. त्याची उत्तरक्रियाही तो विसरून गेला आणि हादरलेल्या काळजानं गप येऊन खोपीपुढं बसला. सबागती त्याची नजर दावणीकडं गेली. एक महिन्यामागंच दावण रिकामी झाली होती. जनावरं जाऊन दावणीचे खुट्ट तेवढे उभे होते. त्यांना दोऱ्याही नव्हत्या. बाईच्या भुंड्या गळ्यात ते दिसत होते. त्या रिकाम्या दावणीकडं बघवत नव्हतं. गेली... वैरणकाडी गेली, जनावरं गेली. घरात एक-दोन दागिने होते तेही गेले. सगळंच चाललंय. उद्या माणसंही जातील... कशाला राहतील? जायालाच आल्यात.

बसलेला शिवा उठून उभा राहिला. ती खोप सोडून, दावण सोडून, ती धाव सोडून, विहीर सोडून आणि तो ढासळलेला गारवेल सोडून लांब आपल्या रानाच्या पाणंदीला आला. तिथंच एका डगरीवर बसून राहिला. निदान येणार-जाणार कोण भेटंल. जीव तरी कशात रमवावा?

सहज नजर गेली आणि गावाकडून एक तांडाच्या तांडा पाणंदीनं येताना दिसला. दुर्बिणीनं बघावं तसा शिवा नजर लावून बसला... कारवानाच्या तांड्यागत एवढं कोण लोक याय लागलेत? कोण असावं? घोडी दिसत नव्हती, म्हणजे कारवान नसावं. लोणार म्हणावं तर गाढवंही नव्हती. शेळ्या-शेर्ड्या मात्र संगं दिसत होत्या. जीव जगवायला गाव सोडून तर लोक निघालं नसतील?

तांडा जवळ आला. त्याचं काळीज इदाळल्यागत झालं. आपलीच माणसं गाव सोडून निघाली होती हे त्यानं ओळखलं. तो दत्तू मांजरे, त्याची बायका-पोरं त्यानं लांबनं ओळखली. तो पटेकरी. त्याच्यामागं तो जांभळ्याचा म्हातारा–डोळ्यांत फूल पडलेला. आता कुठं जाऊन पोट भरणार हे? आणि ती कच्ची-बच्ची, चिल्लीपिल्ली. कुणी कडेवर, कुणी बोटाला धरून... अरे देवा! माणसावर काय प्रसंग आला हो! बाबू पटेकऱ्यानं तर आपली म्हातारी पाटकुळी घेतली होती. तिच्या पायांच्या काटक्या दोन्ही अंगांना लोंबत होत्या. आता कुठं जाऊन संसार मांडणार हे? कुणाच्या डोक्यावर गाठोडं, कुणाच्या काखेत गठळं. गाडगी, मडकी, किडूकमिडूक... काय थोडं होतं? हे सगळं घेऊन देशांतराला जायचं.

शिवाला बघून तांडा उभा राहिला. आता काय बोलायचं तरी काय? मांजऱ्याचा दत्तू जवळ आला.

शिवा म्हणाला, ''गाव सोडून निघाला व्हय?''

''काय करायचं तर?''

''कोंत्या गावाला?''

''पोट भरंल तिकडं हिंडायचं,'' असं म्हणून दत्तू बोलला, ''निघालोय अंकलीला. तिकडं ऊस तोडायचं काम मिळालंय. जाऊन रानातल्या पाल्यापाचोळ्यात पडायचं. जीवमान असूस्तवर जगायचं. जरा घराकडं ध्यान ठेवा आमच्या. लक्ष असू द्या.''

एक उसासा सोडून शिवा म्हणाला, ''ध्यान ठेवायला काय घरात तर असनार बाबा?''

''काय न्हाई खरं. नावाला घर तर हाय? उतरंडी तेवड्या हैत दोन गाडग्यांच्या.''

''कोन न्हेतंय त्यास्नी? कुलूप घातलंय न्हवं?''

दत्तूची बायको म्हणाली, ''कुलूप घातलंय. वर आणि शेणाचा गोळा थापलाय.''

''कुलपावर?''

''व्हय, शीलबंद केलंय हो. जरा तुमचंबी ध्यान असू द्या. पाऊसपानी झालं

म्हंजे येऊ. तवर जरा मागं बगा.''

जांभळ्याचा म्हातारा भकास डोळ्यांनी वर आभाळाकडं बघून म्हणाला, ''कशाचं पाऊसपानी घेऊन बसलियास बाई! जरा डोळं गाळावं म्हटलं तर सासुरवाशिनीच्या डोळ्यांतसुद्धा पानी ऱ्हायलं न्हाई. बघा हे आभाळ. नुसतं पांडरं घोट! देवानं आपली सगळी धोतरं धुऊन वाळत घातल्यात हो! काय कुटं काळा ठिपका, डाग हाय का एक?''

एवढ्यात म्हातारीला पाटकुळी घेऊन उभा राहिलेला बाबू पटेकरी जवळ येत म्हणाला, ''शिवा, बाबा जरा जवळ एऽऽ. म्हातारी काय म्हंती बग.''

शिवा उठून जवळ जात म्हणाला, ''काय आऽऽज्जी?''

दोन शब्द पटकन बोलायलाही तिच्या अंगात ताकद राहिलेली नव्हती. बोलायच्या आधी तिनं आपलं कपाळ, भुवया वर चढवल्या, एक घुटका गिळल्यागत केला आणि मान हलवत कसंबसं म्हणाली, ''तारा लई दिसांत भेटली न्हाई.''

''आमी खडीच्या कामावर जात हुतो. याला रात व्हायची. पुन्ना दिस उगवायला तिथं हजर व्हायला लागायचं. कशी भेट हुनार?''

''लेकरं बरी हैत?''

''अजून मेली न्हाईत तवर बरीच म्हनायची की आज्जी!''

आशीर्वाद दिल्यागत ती बोलली, ''देव जीवमान देऊ द्या बाबा–जगू द्या.''

तगादा लावत जांभळे म्हणाला, ''बरं, आता निघा. उचला पाऊल. दिवसा-बरोबर म्होरच्या गावाला पोचाय पायजे. थांबू नका.''

शिवानं म्हटलं, ''निघा तर मग. या. सुखरूप या माघारी.''

आपल्या सुरकतलेल्या हातांची पाची बोटं पसरून म्हातारी बोलली, ''आता कुणी बगितलंय, यतो का तिकडंच कुटं परमुलखात... ताराला तेवडं सांग बाबा आम्ही गेलो म्हनून. भाकरीचं पीट एक तीन-चारदा घेतलं हुतं. जीवमान ऱ्हायला आलो माघारी तर दीन म्हनावं...''

''आज्जी, कोन मागं लागलंय व्हय तुझ्या दे म्हनून?''

''ते काय न्हाई खरं...''

''तुमी जगूनवाचून माघारी आला म्हंजे त्यात सगळं आलं बगा. या, लवकर माघारी या.''

जांभळ्याचा म्हातारा पुन्हा तगादा लावत म्हणाला, ''आता निघा की लवकर. दिवसाबरोबर जाऊ. उचला पाऊल.''

तांडा हलला. दत्तू तेवढा जरा मागं रेंगाळला. दोघं एका तालमीत खेळलेले. त्या दोघांनी एके काळी आजूबाजूचे फड गाजवले होते, मैदानं मारली होती. दर शनवारी एकमेकाला मालिश केलं होतं. पावशेर-पावशेर तेल आटवायचं. आज

त्याच्यावर ही पाळी आली होती. काय बोलावं हे कळत नव्हतं आणि त्याचा पाय निघत नव्हता.

शिवाच म्हणाला, ''बाकी काई म्हना - काळीज घट्ट तुमचं!''

एक सुस्कारा सोडून दत्तू बोलला, ''कशाचं घट्ट? हितं असं उपाशी मरायचं ते पोट भरायला निगालोय झालं! गाव काय सुखासुखी सोडतोय व्हय? मस्त काळीज तुटतंय; पर करायचं काय? काय इलाजच चालंना झालाय न्हवं!''

पुन्हा जांभळ्यानं हळी दिली तसा तो जागचा हलला. शिवाही जरा पुढं होऊन सगळ्यांना हात करून म्हणाला,

''बरं, या. लवकर या. टपालफिपाल ते घाला. खुशाली कळवत चला.''

काही अंतर गेल्यावर एकाएकी थबकून मागं बघत दत्तूनं विचारलं, ''शिवादा, गारवेल रं?''

''शेर संपला दत्तूबा त्याचा. ढासळला आज.''

खुळ्याकावऱ्यागत लोक त्या चिंचेकडं थोडा वेळ बघत राहिले. कुणी काही उद्‌गारलं, कुणी काही, कुणी काही. आणि थोडा वेळ थांबून तो तांडा पुढं निघाला. शिवा मात्र जागचा हलला नाही. तिथंच बघत उभा राहिला.

तांडा लांब गेला. लांब जाऊन दिसेनासा झाला. आपलं गाव, घरदार, गण-गोतावळ हे सगळं सोडून झाडाझुडपांत गडप होऊन गेला.

शिवाला एकाएकी घरची आठवण झाली. सकाळी तीन-तीनदा बायकोनं बजावलं होतं-

''आज सांच्याला कायसुदिक न्हाई. कशातरी आट दिस घुगऱ्या शिजीवल्या; पर आज तेबी न्हाई बघा. कायतरी उलाढाल करून मिळंल ते घेऊन या. आपुन एक पानी पिऊन तसंच निजू, पर पोरास्नी पोटाला काय आधार नको?''

... आता उलाढाल तरी काय करावी? डोळ्यांपुढं कोणतं साधनच दिसेना. एक-दोन घरं होती; पण त्यांच्याकडं जायाला आता तोंड नव्हतं. सत्रांदा त्यांना तरी कसं मागायचं? आणि त्यांनी तरी कुणाकुणाला म्हणून द्यायचं? ज्यांच्याकडं जावं असा कोणता ठिकाणाच दिसत नव्हता. त्याला एकाएकी मिठारीअण्णांची आठवण झाली. विचारून बघावं. फार झालं तर काय, नाही म्हणतील. बघावं तरी जाऊन.

एकाएकी त्याच्या पावलांत बळ आलं. तो जागचा हलला आणि तडक गावाकडं निघाला.

... आज चूल बंद हाय म्हटल्यावर नाही म्हणायचे नाहीत. रग्गड राबलोय त्यांच्यात. वाटेल ती कामं त्यांची केल्यात.

पाणंद मागं पडली. गाव आलं. झपाट्यानं शिवा वेशीपर्यंत आला. वेस ओलांडली. देवळापसनंच बाजूच्या एका गल्लीत शिरला. मिठारीअण्णांचा वाडा

जवळ आला आणि चाल मंदावली. काळीज कच खाऊ लागलं. किती वेळा आपण तरी त्यांच्या दारात जायचं? असला शांत तर बरं, नाहीतर कुत्रं हाकलल्यागत दारातनंच हाकलायचा. पण आज चूलच बंद हाय तर करायचं काय? घट्ट काळीज करून जायचं.

दबकत दबकत शिवा वाड्यात शिरला. आज वाडा गजबजलेला दिसत होता. मिठारीअण्णा ढेलजेवर तक्क्याला टेकून बसले होते. भोवतीभर पोरांचा गोताळा जमा झाला होता. नातवंडं सुट्टीला आलेली दिसत होती. त्यांची हुक्केरीची लेक पोरं घेऊन आली असावी. ढिगानं खेळणी जिकडं-तिकडं पसरली होती. लाकडी, रबरी, रंगीबेरंगी. काय कशाला ददात नव्हती. खऱ्या बाहुलीगत दिसणाऱ्या लालचुटुक ओठांच्या गोऱ्यापान दोन पोरी आणि गुटगुटीत अंगाची तीन पोरं अण्णांभोवती गोळा झाली होती. अण्णा त्या सगळ्यांना पानांचे विडे करून देत होते.

शिवा पाय न वाजवता जवळ गेला. वर ढेलजेवर न जाता खाली पायरीवरच बूड टेकवून बसला. अण्णांची नजर वळण्याची वाट बघत राहिला. त्यांनी एकदा शिवाला बघितलं; पण बघूनही न बघितल्यागत केलं आणि तिकडं लक्ष न देता ते मुलांत गर्क झाले. पानांचे देठ खूड, शिरा काढ, कुणाला वेलदोडे दे, कुणाला जायपत्री... शिवा आपला बघत बसून राहिला. असा बराच वेळ गेला आणि मग एकाएकी कपाळाला आठ्या घालून ते म्हणाले, ''शिव्या, का आलाईस रं? काय धान्य मागायला आलाईस?''

धाडकन त्यांनीच असं विचारलं. आता घुटमळायचं काही कारणच नव्हतं. नुसतं 'होय' म्हणायचं होतं, पण चटकन त्याच्या तोंडातनं तेवढाही एक शब्द बाहेर आला नाही. पटक्यात हात घालून कानाजवळ खाजवत तो कसाबसा बोलला, ''व्हय अण्णा.''

''व्हय का?'' असं म्हणून अण्णा बोलले. ''असं कितीदी मागून न्हेणार रं?''

मान खाली घालून तोंडातल्या तोंडात तो बोलला, ''अण्णा, आज एवढी नड भागवा. आज चार रोज झालं, घरात चूल पेटली न्हाई बघा.''

जरा पाझर फुटावा म्हणून तो असं बोलला; पण अण्णांचा आवाज एकाएकी चढला.

''अरं हितं असं उपाशी मरण्यापरास आणि रोज आमच्यासारख्याला असा ताप देण्यापरास जावा की पोट भरायला कुठंतरी! अरं, वाटेल तेवढ्या गिरण्या हैत, कारखानं हैतं. नुसती ठेसनावर हमाली केली तरी पोट भरंल. काय तोटा पडलाय कामाला? कशी चूल पेटत न्हाई?''

शिवाला हेटावल्यागत झालं. आपल्या पायाच्या धुरीवर बोट चोळत तो बोलला, ''अखेर शेवटला मग ते हायच हो.''

"अरं, शेवटला आणि अखेरला का?"

वर बघत तो म्हणाला, "अण्णा, घरदार ते सगळं सोडून एकदम जायचं तरी कसं?"

अण्णा खवळून म्हणाले, "सोडून म्हणायला काय हाय हितं? अरं, कुठं तुझी एवडी इस्टेट बोंबलाय लागलीया? एक घर आणि ते टिचभर रान न्हवं? ते काय कुठं पळून जातंय?"

तो उदासपणे बोलला, "ते काय न्हाई खरं."

"मग कशात जीव गुंतलाय?"

"मन धजाय नको?"

"मन!" असं म्हणून अण्णा खॅस मारत म्हणाले, "काय लेका, झागिरदार लागून गेलास काय तू? तुला रं कशाला एवढं पायजे मन आणि फिन? गप पोट भरंल तिकडं जायाचं न्हाई? म्हणं मन! आता ह्या मनाच्या मी!" असं म्हणून त्यांनी एक खडा सवाल टाकला, "मी चिठ्ठी देऊन तुला त्या खडीच्या कामाला लावलं. का सोडलं रं ते काम? लगी माजला व्हय?"

पायाच्या टाचेजवळचं मेलेलं कातडं सोलत तो बोलला, "ते न सांगण्यासारखं हाय अण्णा."

"काय न सांगण्यासारखं?"

आतून उंबळून आल्यागत तो एकदम म्हणाला, "ह्या पावसानं गरीब केलं आमाला – न्हाईतर कोन असलं खपवून घेणार आणि सन तरी कोन करणार?"

"तू ऊठ. ऊठच आता. सूट हितनं."

"त्या मुकादमाबद्दल बोलतोय अण्णा मी."

"तू ऊठ बगू आधी! काय सांगू नको मला!"

"ऐका तर अण्णा. अहो, पगार वाटताना हात धरायचा. आमी गरीब पडलो म्हणून काय झालं? आमाला लाज, अब्रू काय न्हाई?" असं म्हणून त्यानं आपला एक हात काळजावर ठेवला आणि कळवळून बोलला, "अण्णा, हितं भोक पडली माझ्या भोकं? तुमच्या नात्यातला म्हणून गप्प बसलो?"

"व्हय का? ऊठ आता, ऊठ! ऐकून घेतलं एवढं रग्गड झालं! आणि काय तुझ्या काळजाला भोकं पडली असतील तर लिपत बस जा घरात! आमच्याकडं हुक्केरीचं पावणं ते आल्यात. लेक आलीय माझी – नातवंडं गोळा झाल्यात. त्यांच्यासंगं ते काय बोलू का तुझ्याबरोबर हुज्जत घालत बसू? ऊठ!"

"उठतो खरं..."

"मग अजून बसलाईस का? हान गाडी! आणि माझ्या दारात येऊ नको."

शिवा एडबडला. एकदम एक घाव आणि दोन तुकडं म्हटल्यावर त्यालाही

चटका बसला. त्यांच्या तोंडाकडं बघत तो म्हणाला, "पुन्ना येऊ नको?"

एक बोट वर करून ते बोलले "व्हय, नको. याचं नाऽही!"

"म्हंजे माझं खोटं वाटतं?"

"गप चालतं व्हायचं!"

"म्हंजे तुमच्या पावण्यानं कायतरी भरीवल्यालं दिसतं."

"तू सूट आधी! बोलायचं न्हाई! हान गाडी!" असं म्हणून चुटक्या वाजवत त्यांनी दरवाज्याकडे हात केला. आणि एक उसासा टाकून शिवा मुकाट्यानं निघाला. एकेक पाऊल उचलत त्यानं चौक ओलांडला. दरवाज्याजवळ आला. मघापर्यंत गप्प होती ती पोरं एकदम हसली; पण मागं न बघता तो तिथनं बाहेर पडला. रस्त्यावर येऊन उभा राहिला. दुपारी अवचित ढासळलेल्या त्या गारवेलाची त्याला आठवण झाली. आजवरचे सगळे लागेबांधे संपले. धाडकन ते जाळकांड पडावं तसं झालं. किती लग्नकार्यं ह्या वाड्यात झाली! किती मांडव घातलं! ह्यांचं मांडव घाला, रातध्यान कावडीनं पाणी आणा, हौदच्या हौद पाण्यानं भरा, पंगती वाढा, उष्ट्या पत्रावळी काढा, झाडावर चढून आंब्याच्या डहाळ्या आणा, वरनं पडून हात-पाय मोडून घ्या... काय थोडंथोडकं केलं? मी राबलो, बायको राबली. चटणी कांडा, दळण दळा... हाताला फोड आलं... ह्यांच्या पोरांनी हागलं-मुतलेलंसुद्धा काढलं. आणि किती करायचं? आणि वर पुन्ना येऊ नको?...नाऽही! चालतं व्हायचं? बरं बाबा, राहू द्या... कोण येतंय...? संपलं सगळं... तुटलं.

शिवा त्या गल्लीतनं पेठेत आला. आता जावं तरी कुठं? कुणाकडं जायाला मन ठिकाणावर नव्हतं. घराकडं जाऊन तरी काय सुख होतं? काय आणलं म्हणून बायको विचारणार. भकाळ पोटांची पोरं आशेनं गोळा होणार.

शिवा तिथं पेठेतच शाळेच्या पायरीवर बसला. पेठेतली दुकानंही ओस पडल्यागत दिसत होती. मांडीवर मांडी टाकून उगंच एक गुडघा हलवत पेठेकडं तो बघत राहिला. एकाएकी त्याची नजर एका शिलाईच्या दुकानाकडं गेली. विष्णू मशिनवर बसून पाय खाली-वर करीत होता. आपल्या कामात गुंग झालेला दिसला. त्याच्या मनात आलं – आपली चूक झाली... दोन सालांमागं सरकारी माणूस आपल्या गावात येऊन फुकट शिकवून गेला. वर आणि महिन्याला शिकण्यापाई वीस-वीस रुपयं तनखा दिला. आपण नाही शिकलो. शेती एके शेती करीत बसलो. आणि हा इष्णू बघा... कुठं आहे त्याला दुष्काळ? बसल्याजागी नुसतं टाकं घालत बसायचं! काय उनात घाम गाळायचा हाय, का थंडीत लवकर उठून शेणात हात घालायचा हाय? बारमाशी सावलीत बसायचं आणि वर ताजा पैसा गोळा करायचा. त्याचं झकास झालं. आपलंच गाडं फसलं.

बसून बसून कंटाळा आला, पण जाणार तरी कुठं? काय आपल्या गावात

कारखाना का कोणता उद्योगधंदा? कुठं जाऊन काम तरी मागता येतं? कुठं जायाचं? जायाचं तरी कुठं?

मनात आलं, उठावं आणि स्टँडवर जाऊन बसावं. येणार-जाणाऱ्या गाड्या बघत आपला वेळ घालवावा.

शिवा उठला. पाय ओढत पेठेतनं स्टँडवर आला. झाडावर कावळे बसावेत तशी पारावर माणसं बसली होती. कुणी गाडीची वाट बघत होतं. कुणी नुसतंच बसून होतं. शिवाही जाऊन पारावर बसला.

ऊन खाली झालं. काही माणसं कमी झाली, काही नवी आली. शिवा बसूनच राहिला.

दिवस मावळला, कडुसं पडलं. पोटात कलकलल्यागत होऊ लागलं. आपल्याला असं होतंय तर पोरं कशी करत असतील? त्यांची तर कवळी भूक. देसाईअण्णांकडं जावं. आणलंय दोनदा मागून... तिसऱ्यांदा आणि कसं दारात जावं?

एवढ्यात एक एस.टी. आली. त्या गाडीतनं देसाईअण्णाच खुद्द खाली उतरले. तेच म्हणाले, "शिवा, का बसलाईस रं? कुठं गावाला निघालाईस का?"

"न्हाई... सज बसलोय."

"सज व्हय? मग चल एवढा बोजा घेऊन."

बसल्याजागी काम आलं आणि देवच पावल्यागत त्याला झाला. एक जडशीळ ट्रंक देसायांनी त्याच्या डोक्यावर दिली. एका हातानं त्याला ती धरायला सांगून त्याच्या दुसऱ्या हातातही एक थैली दिली. तीही सामानानं गच्च भरली होती. हातात घेतल्या घेतल्या बोटांना रग लागू लागली. अशी डोक्यावर ट्रंक आणि हातात पिशवी देऊन सड्या हातांनी पुढं होत म्हणाले, "बरं झालं तू दिसलास."

"कुठं गावाला गेल्ता?"

"अरं, भारतदर्शनाला न्हवतो का गेलो?"

त्याला काही कळलं नाही. त्याचा बोधच झाला नाही. तो आपलं सहज म्हणाला, "देवाला व्हय?"

"अरं भारतदर्शनाला म्हंतो तर!"

"कुठं आलं हे म्हणायचं?"

"थोऽ तुझ्या!" असं म्हणून ते हसून म्हणाले, "तुझ्या टाळक्यात न येण्यासारखं हाय! चल तू गप."

गप काय चालतोय? बोटं चांगली कचत होती. तो थांबला. ह्या हातातली पिशवी त्या हातात घेतली, एकदा दम सोडला आणि मग पाऊल उचललं. त्याला घर केव्हा येईल असं झालं. एकदम एक चार पायल्या मागाव्या का? त्यानं काय कात होणार? आता मागायचं तर निदान एक अर्धं पोतं दाणं मागावंत.

"का रं? का, दमलास का?"

"न्हाई, पिशवी ह्या हातात घेतली."

"अरं, आलं की घर जवळ. ह्या हातात आन् त्या हातात काय?"

घर आलं. बाहेरच सामान न ठेवता शिवा थेट आत गेला. ती ट्रंक आणि पिशवी ठेवून बाहेर आला. जोत्याजवळच्या एका खांबाला टेकून उभा राहिला. अण्णा आत गेले ते लवकर बाहेर आलेच नाहीत.

त्यांची थोरली सून तेवढी बाहेर येऊन म्हणाली, "जाऊ नको, थांब. ते तोंड धुऊन येत्यात."

"व्हय, हाय की," असं म्हणून तिथंच तो खाली बसला. कसा विषय काढावा या विवंचनेत पडला. मानेला रग लागली होती. एका हाताचं कोपर वर करून आपल्याच हातानं तो मान दाबत राहिला. मग सावकाश कपडे बदलून अण्णा बाहेर आले. त्यांच्या पाठोपाठ दोन कप चहा आला. स्वत: एक कप हातात घेऊन ते त्याला म्हणाले, "घे, च्या घे."

"आता कशाला च्या?" असं म्हणत त्यानं पुढं आलेली कप-बशी हातात घेतली; पण चहा न पिता तो त्या कप-बशीकडंच बघत राहिला.

"अरं घे की, पी. वज्जं घेऊन आलास. एवढा च्या घेऊन जा. मला करायचाच होता."

अण्णांचा चहा पिऊन झाला तरी त्याच्या हातातली ती कप-बशी अजून तशीच होती.

"का रं? घे की, तसाच का बसलाईस?"

त्याला बोलवत नव्हतं, पण तो बोलला, "खरं सांगू अण्णा? ही असली फलाफुलांची कप-बशी आणि ह्यो असला दुधातला च्या बघून लेकरांची आठवण होती. त्यास्नी कवा असं प्याला मिळतंय? बघाय मिळत न्हाई, प्याला कुठलं? पोटात ढवळतंय माझ्या. मी न्हाई पीत. एकटाच बसून कसा पिऊ?" असं म्हणून त्यानं कप-बशी खाली ठेवली.

देसाई अण्णांना त्याचा रागच आला. ते म्हणाले, "अरं, वज्जं घेऊन आलास म्हणून देतोय. गप पे; न्हाईतर जा उठून! त्यो काय वाया जात न्हाई. पिनारी पुष्कळ तोंडं हैत घरात!"

वर मान करून न बघता खाली बघतच तो म्हणाला, "असं करा अण्णा – "

"मला शाळा शिकीवतोस?... हं, सांग बघू – कसं करू?"

"खवळू नका. हे बघा, ह्यो च्या द्याचा ते कायतरी मला पोटाला धान्य द्या. पोरं सगळीच उपाशी हैत."

ते म्हणाले, "ऊठ तू. न्हाई च्या प्यालास म्हंजे काय बिघडत न्हाई माझं. उठून

धर वाट!''

हात जोडून तो बोलला, ''चूल बंद हाय अण्णा.''

''खुळ्या मानसा, किती दिवसांनी मी आज घरात आलोय! देश सगळा हिंडून आलोय. आणि आल्या आल्या काय गारानं लावलंयस तू! अक्कल हाय का तुला? का आमाला बगितलं की लगी वरबडाय लागायचं? वज्जं घेऊन आलास ते काय लई उपकार केलास काय?'' असं म्हणून ते बोलले, ''थांब, एक पावली घे आणि सूट हितनं.''

पावली आणायला ते आत गेले आणि शिवा उठून मुकाट्यानं बाहेर आला. ती पावली घ्यायला तो थांबला नाही.

बक्कळ रात झाल्यावर तो आपल्या घराकडं आला. दार उघडं ठेवूनच तारा सोप्याला वाट बघत बसली होती. घरात दिवाही नव्हता. उघड्या दारातनं चांदणं जरा आत आलं होतं. तेवढाच काय तो उजेड घरात होता. त्यानं आत पाऊल ठेवल्या ठेवल्या ती म्हणाली, ''हे कसलं येणं म्हनायचं तुमचं?''

''जरा झाली रात. तू का अजून बसलीयास?''

''तुमी कायतरी घेऊन येशीला, करून घालीन, म्हणून बसलेय वाट बघत.''

तो काही बोलला नाही. एक चूळ भरून जरा पाणी तेवढं प्याला आणि वाकळ टाकून न बोलता आडवा झाला.

तारा बसल्याजागी तशीच बसून राहिली. असाच थोडा वेळ जाऊ दिला आणि मग हाताचा मुटका गालाला लावून ती म्हणाली, ''काय, झोपला काय हो?''

कूस बदलून तो म्हणाला, ''काय करू तर मग?''

एक उसासा सोडून ती बोलली, ''किती घट्ट काळीज म्हनायचं हो तुमचं!... व्हय, एका शब्दानं निदान इचारायचं तरी हुतं.''

''काय?''

''काय? अहो, पोरं काय खाल्ली का तशीच उपाशी निजली, हे इचारलं? काय कोंची चवकशी केली?''

तो काही बोलला नाही. तसाच पडून राहिला.

तीच म्हणाली, ''उठा. तुमी एक घट्ट काळजाचं हाय, पर तशी मी न्हाई की! तुमी न्हाई काई उलाढाल केली तर मग मला नको करायला? कायतरी करून माडगं केलंय. तेवढं प्या आणि मग झोपा म्हणं. उठा.''

असं म्हणून तिनं हातात पितळी घेतली आणि अंधारातच गाडग्यातलं माडगं पितळीत ओतून ती बसून राहिली. हातानं त्याला हलवत एकदा-दोनदा म्हणाली, ''अहो, उठा की.''

''तू प्यालीस?''

"तुमाला सोडून मी कशी गिळीन?"

"मग तूच घे."

"आणि तुमी?"

"मी जरा कुटं कुटं काय खाऊन आलोय. पोटात जरा ढवळाय लागलंय."

"ढवळतंय?"

"व्हय ग. काय वासनाच न्हाई."

"मग काय नको म्हणता तुमाला?"

"काऽऽय नको बघ. तूच पोटभर खा. वाटल्यास बोलत बसतो तुझ्यासंगं –" असं म्हणून तो उठून बसला. आपले दोन्ही गुडघे वर केले आणि मान मागं भिंतीला टेकवून म्हणाला,

"तारा, आज आपला गारवेल ढासळला की."

पितळी तोंडाला लावत ती म्हणाली, "चिच्चंवरला... ते जाळकांड?"

"व्हय गं."

निम्मी पितळी एका दमात रिकामी करून ती म्हणाली, "अहो, मग बरं झालं की! चांगलं एक-दोन गाड्या जळाण होईल."

"जळाण?"

"व्हय. कुराडीनं खापलून ढीग करू आणि एकेक बिंडा डोस्क्यावर घेऊन तालुक्याला जाऊन इकू."

आता मात्र त्याच्या पोटात खरंच ढवळलं. वाचा गेल्यागत तो बसून राहिला. डोळा न लवता तो तिच्याकडं बघत राहिला. त्याला ती दिसत नव्हती. त्याच्या डोळ्यापुढं गारवेलाची ती हिरवी जरतार, ती नक्षीची वेलबुट्टी, ती फुलं हेच चित्र उभं होतं... जे आता कधीही पुन्हा दिसणार नव्हतं.

❑

जाळे

अलीकडे तीन-चार वर्षांत गावाकडं जाणंच घडलं नव्हतं. एकदा-दोनदा ठरवूनही ऐन वेळी बेत रद्द करावा लागला होता. या वेळी मात्र काही झालं तरी जायचंच, असं ठरवलं होतं. घरातल्याही सगळ्यांचा आग्रह होता. मला तर ओढ होतीच. शिवाय गाडी घेतल्यापासून गावी गेलो नव्हतो. स्वत:च्या गाडीतून मुलाबाळांना घेऊन आपल्या गावी जाण्यात मलाही आनंद होता, आणि थोडी धन्यताही वाटत होती. गरिबीतून मी वर आलो होतो. टक्केटोणपे खाऊन आणि प्रसंगी एक वेळ जेवून मोठ्या जिद्दीनं मी शिक्षण घेतलं होतं. दैवयोगानं नोकरीही चांगली मिळाली होती. स्थैर्य आलं होतं. अशा वेळी स्वत:ची गाडी घेऊन गावी जावं आणि चार-आठ दिवस तिथं आनंदानं राहावं असं ठरवलं होतं. मुलांना तर अनेक गोष्टींतला आनंद लुटायचा होता. त्यांना नदीत मनसोक्त डुंबायचं होतं, धारोष्ण दूध प्यायचं होतं, शेतातली पिकं बघायची होती, मळ्यातल्या कणसांचा हुरडा खायचा होता. असे कितीतरी बेत त्यांनी आखले होते. आमच्या छोट्या पमाला तर त्यावर निबंध लिहायचा होता. म्हणून दिवाळी संपताच मी दहा दिवसांची रजा घेतली होती आणि कोणत्याही परिस्थितीत त्यात कसलाही व्यत्यय येऊ नये यासाठी मेडिकल ग्राऊंडवर रजा घेऊन हवा पालटण्यासाठी मी जाणार होतो. सगळा बेत अगदी व्यवस्थित आखला होता. तो यथासांग पार पाडण्याच्या दृष्टीनं आवश्यक ती सगळी काळजी घेतली होती. चांगले आठ दिवस गावाकडं मजेत काढायचं ठरवलं होतं.

ठरल्या दिवशी आम्ही निघालो. नोकरीचाकरी, व्यापताप हे सगळं विसरण्यासाठीच चाललो होतो. मुलांबरोबर गप्पाटप्पा करीत अगदी मजेत गाडी चालवत होतो. गाव जवळ आलं. नदी, डोंगर, दऱ्या दिसू लागल्या. आजूबाजूला हिरवीगार झाडी आणि वाऱ्याबरोबर डोलणारी शेतांतली पिकं बघून मुलं तर अगदी आनंदून गेली. मीही

सुखावलो होतो. अंगावरून जाणारा थंड वाऱ्याचा झोत पिकांचे गंध घेऊन येत होता. त्या जुन्या ओळखीच्या वासांनी बाळपणाच्या अनेक सुखद आठवणी मला होत होत्या. तासन्तास नदीत डुंबल्याच्या, वाळूत खेळल्याच्या, म्हशीच्या गरम पाठीवर बसून गार पाणंदीतून हिंडल्याच्या, हिरव्या पाल्यासह भाजलेल्या मक्याच्या हुरड्याच्या – अशा कितीतरी आठवणी! या सुखद आठवणींनी माझं मन मोहरून गेलं. आणि दिवेलावणीच्या वेळी आमची गाडी गावात येऊन पोचली. कौतुकानं लोक गोळा झाले. आम्ही येणार म्हणून माझ्या चुलत-भावानं आपल्या घराच्या सोप्यावर मोठी बैठक घातली होती. एकाला दोन सतरंज्या अंथरल्या होत्या. शुभ्र अभ्रे घालून तक्के ठेवले होते. लोक अगत्यानं भेटायला येत होते. किती बोलू आणि किती नको असं मलाही झालं होतं. त्या गप्पागोष्टींत रात्र केव्हा गेली हे कळलंसुद्धा नाही.

दुसऱ्या दिवशी सकाळी मुलं लवकर उठली. त्यांनी माझ्यामागं नदीवर पोहायला जाण्याचा लकडा लावला. मलाही तो आनंद घ्यायचाच होता. कितीतरी दिवसांत नदीत डुंबलो नव्हतो. आज मलाही मनसोक्त पोहायचं होतं. मी मुलांना घेऊन नदीवर आलो. नदीवरचा सुंदर घाट, देवळाची शिखरं आणि समोर संथ वाहणारी नदी पाहून त्यांची मनं हरखली. भराभर पोहण्याचा पोशाख घालून माझ्या तिन्ही मुलांनी नदीत उड्या टाकल्या. मीही स्वतःला पात्रात झोकून दिलं. चार हात मारल्यावर अंग कसं मोकळं झालं! वय विसरून मीही मुलांबरोबर मूल झालो आणि मनसोक्त डुंबू लागलो.

मध्येच मला काय लहर आली कोणास ठाऊक! 'बघू मला कोण शिवतं?' असं म्हणून मी बुडी घेतली. भर्रकन एक पुरुषभर खाली गेलो. मुलांनीही बुडी घेतली. मला पकडण्यासाठी पाण्यात डोळे उघडून ते मला शोधू लागले. त्यांना चुकवण्यासाठी पाण्यात पोहता पोहता मी त्यांना हुलकावण्या देऊ लागलो. असा आमचा खेळ सुरू झाला. एक तास केव्हा गेला हे कळलंही नाही. दमछाक होईपर्यंत आम्ही बुड्या घेत होतो, एकमेकाला हुलकावण्या देत होतो. मध्येच कोणीतरी माझा पाय धरत होतं. मला पकडण्याचा आनंद होत होता. मीही त्यांना तो घेऊ देत होतो. दीड तास ही मौज लुटली आणि मग आम्ही वर आलो. घाटाच्या पायरीवर उभा राहून मी अंग पुसत होतो. एवढ्यात आमची माधुरी म्हणाली, "अप्पा, माझी अंगठी पडली."

लुटलेला सगळा आनंद एकाएकी नाहीसा झाला. परवाच तिच्या वाढदिवसाच्या निमित्तानं अंगठी केली होती... चांगली अर्ध्या तोळ्याची, फणा काढून वेटोळं घातलेल्या नागासारखी दिसणारी, फार सुंदर घडणीची. तिच्या एका मैत्रिणीच्या बोटात असली अंगठी होती. ती माधुरीला फार आवडली होती. म्हणून मुद्दाम तो

नमुना सोनाराला दाखवून त्याप्रमाणे ती करवून घेतली होती. अगदी तशीच अंगठी आपल्या वाढदिवसाला मिळाली म्हणून तिला कोण आनंद झाला होता! तिच्यावर तिचा जीव जडला होता. त्या अंगठीची सारखी काढ-घाल चालू असायची. तिच्याशी खेळण्याचा तिला छंद लागला होता. कधी बोटातल्या बोटात ती फिरवत असे, तर कधी एका बोटातून दुसऱ्या बोटात ती घालत असे. या तिच्या नव्या छंदाबद्दल मी तिला एकदा रागावलोही होतो.

"अभ्यास करतानासुद्धा तू हे असं अंगठीशी काय खेळत बसतेस? सारखी अशी काढ-घाल करून एखाद्या वेळी तू ती हरवून बसशील." मी हे असं बजावलंही होतं. आणि वर्तवलेलं ते भविष्य आज हे असं खरं ठरलं होतं. अंगठी पडली हे एकताच मी म्हणालो, "म्हणजे पोहतानासुद्धा तुझा तोच चाळा अंगठीशी चालू होता का?"

माझ्या या बोलण्यानं म्हणा किंवा आपली आवडती अंगठी नाहीशी झाल्यानं म्हणा पण तिचा चेहरा एकदम हिरमुसला झाला आणि घळाघळा डोळ्यांतून पाणी येऊ लागलं. तिला अशी रडताना पाहून मी म्हणालो, "तू अशी रडू नको. अंगठी इथंच पडली असेल तर आपण शोधू. ती सापडेल."

"नक्की इथंच पडली."

"नक्की कशावरून?"

"स्विमिंग ड्रेस घालताना एकदा मनात आलं होतं, आपण अंगठी काढून ठेवावी. तेव्हा ती बोटात होती."

आमचं हे बोलणं चालू आहे तोवरच आजूबाजूचे लोक गोळा झाले. अंगठी पाण्यात पडल्याची वार्ता कशी पसरली कोणास ठाऊक! नदीत लांबवर काही कोळी मासे पकडत होते. तेही आमच्या मदतीला आले.

माझा चुलतभाऊ त्या कोळ्यांना म्हणाला, "मुलीच्या हातातली अंगठी पडलीय अर्ध्या तोळ्याची. जरा बुडून बघा."

एक कोळी म्हणाला, "आत्ताच पडलीया न्हवं? ती सापडंल. काळजी करू नका, जाती कुठं?" असं म्हणून त्यानं नदीत बुडी मारली. त्याच्या पाठोपाठ आणखी चार कोळीही पाण्यात शिरले. धीर देत चुलतभाऊ मला म्हणाला, "काय काळजी करायचं कारण न्हाई. हे एकाला पाच कोळी हैत. सगळा तळ न् तळ चाचपून बघतील. अंगठी कुठं जाणार न्हाई."

कोळी बुडत होते. पंधरा-पंधरा मिनिटं खाली पाण्यातच गडप होत होते, दमछाक झाल्यावर पुन्हा वर येत होते. कोंडलेला श्वास सोडून पुन्हा पाण्यात बुडत होते. अर्धा-पाऊण तास झाला तरी त्यांचा शोध चालूच होता. मला काही आशा दिसत नव्हती. मी चुलतभावाला म्हटलं,

"महादेवा, ती सापडणं कठीण. एवढीशी अंगठी! नदीतल्या या वाळूत ती कुठं पडली असेल हे काय दिसणार?"

मी असं म्हणतो न म्हणतो एवढ्यात एक कोळी आपला हात वर करून नदीतनं म्हणाला, "सापडली मालक, अंगठी सापडली!"

आम्ही सगळे उठून उभे राहिलो. मुलांनी तर आनंदानं टाळ्याच वाजवल्या. माधुरी हरखून गेली. अंगठी सापडली या आनंदानं ती अगदी बेहोष होऊन गेली.

कोळ्यानं अंगठी हातात दिली. घाईघाईनं माधुरीनं ती आधी आपल्या बोटात घातली. हळू आवाजात मी महादेवाच्या कानाशी लागून विचारलं, "काय बक्षीस देऊ?"

"द्या पाच रुपये."

मीच विचार केला आणि पाचऐवजी दहा रुपयांची एक नोट काढून ती देत म्हणालो, "घे हे बक्षीस."

मी नोट पुढं केली होती; पण ती घ्यायला कोळ्याचा हात पुढं आला नाही. तो नाराजीच्या सुरात म्हणाला, "काय साहेब! एवढी सोन्याची अंगठी मिळवून दिली आणि फकस्त धा देता रुपये?"

माझ्याऐवजी महादेवच म्हणाला, "मग किती? धा हजार द्याचं काय रं?"

"धा हजार कोण मागतंय?"

"मग कितीची मागणी हाय?"

कोळी बोलला, "तुमीच समजून द्याचं."

"मग हे समजूनच दिल्यात. मी पाच म्हणत होतो. पण त्यांनी धाची नोट काढली."

कोळी म्हणाला, "अहो, ते गाडीवालं हैत. त्यास्नी धा-ईस काय खिसगनतीत हाय काय?"

महादेव बोलला, "ते गाडीवालं झालं म्हणून काय नोटा वाटत हिंडावं व्हय त्यांनी? त्यास्नी काय पैशाची किंमत न्हाई?"

"मग तुमी तर पाटील. ही आमची किंमत कशी करता? धा रुपयाची कामगिरी झाली व्हय ही?"

महादेव जोमानं म्हणाला, "दिवसभर मासं पकडून तर एवडं मिळत्यात काय?"

"अहो, मासं पकडायला जीव जाईस्तोवर असं बुडावं लागत न्हाई."

"बुडून किती उरी फुटलास बाबा?"

"किती?" असं म्हणून कोळी बोलला, "दोन तास सारखं पाण्यात बुडत होतो. उरी फुटलो न्हाई तर काय झालंय? अहो, काठावर बसून बोलणं सोपं असतं!"

वाद संपेना आणि गर्दी वाढायला लागली, हे पाहून मी म्हणालो, "हे घे. दहाऐंवजी पंधरा देतो."

असं म्हणून मी नोटा देण्यासाठी हात पुढं केला; पण यावरही तो काही संतुष्ट दिसला नाही.

उलट, मला खिजवत तो म्हणाला, "ठेवा, ठेवा त्या तुमच्याच खिशात! तुमालाच लखलाब होऊ द्यात! तुमच्यासारख्यांकडनं आमी काय पंधरा रुपयं घ्यावंत काय?"

अशानं हा सौदा मिटत नाही हे पाहून महादेवच त्याला म्हणाला,

"असं कर–आता हितं चर्चा नको. आम्ही जातो. एक तासाभरानं तू घराकडं ये. मग काय द्याचं ते इचार करून देऊ."

त्याला असं सांगून आम्ही घरी निघून आलो. महादेव त्याला म्हणाला, "असं करू – पंधरा तिथं वीस देऊ. जाऊ द्या कलागत."

मी म्हटलं, "पण त्यावर तरी तो संतुष्ट होईल का?"

महादेव म्हणाला, "त्याचं असं करू – सरपंचाला बोलावून घिऊ. वीसबी न्हाई म्हणाला तर सरपंचालाच चांगली तंबी द्याला सांगू. त्यांचा दबाव पडतोय. गावात ऱ्हायचं का न्हाई त्यास्नी?"

कोळ्यावर दबाव टाकण्यासाठी महादेवानं सरपंच, पंच, गावचे पाटील अशी ही सगळी मंडळी गोळा केली. कोळी येण्याची आम्ही वाट पाहू लागलो. काय बोलायचं आणि कसं बोलायचं हे सगळं ठरवलं होतं. तो आला की सरपंच त्याला झाडणार होते. त्यांना चांगली सुरसुरीच आली होती. अधनंमधनं ते सारखं म्हणत होते – "येऊ द्या तर त्याला!" सरपंच वाट बघत होते. आणि कोळी आला. त्याला बघितल्या बघितल्या सरपंच म्हणाले,

"व्हय रे कोळ्यांनो, ही काय नीत झाली का तुमची? आपल्या गावच्या लोकांना नाडता?"

"काय नाडलं?" असं शांतपणे विचारून कोळी म्हणाला, "आम्हाला अमुक एवढं द्या, न्हाईतर तुमच्या गांडीचं धोतार फेडून घेतो, अशी तर भाषा आम्ही केली न्हाई?"

त्याच्या या बोलण्यानं सरपंचांचाच कासोटा सैल झाला. आपला कासोटा नीट खोचत ते म्हणाले, "तसं तुमी काय बोलला न्हाई खरं."

"मग सरपंच, 'नाडलं' ही भाषा करताच कशी?"

"अरं, आपल्या मानसाची अडवनूक करनं चांगलं का?"

कोळी म्हणाला, "ही अडवणूक न्हाई. बक्षिशी मागतोय आमी, खंडणी मागत न्हाई."

या त्याच्या बोलण्यात सोबत आलेल्या इतर दहा कोळ्यांनी सूर मिसळला. तसे सरपंच म्हणाले, "तुम्ही बोलू नका. तुमचा काय संबंध हाय का?"

"संबंध न्हाई कसा?"

"काय संबंध रं?"

एकाला दोघं-तिघं म्हणाले, "अहो, संबंध असणार तर! अंगठी एकाला सापडली; पर आम्ही सगळं त्यात हुतोच की. बक्षिसी एकाला देऊन कसं भागंल? आमचा वाटा हायच की त्यात. अहो, संगतीनं असतं."

हे ऐकल्यावर सरपंच आणखी गारद झाले. माझ्या कानाशी लागून हळू आवाजात म्हणाले, "हे प्रकरण नदीवरच मिटवाय पायजे हुतं. मधी तासभर विचार करायला संधीच द्याला नको होती."

मी म्हटलं, "तिथं उगीच वाद आणि चर्चा नको म्हणून त्यांना इथं बोलावलं, महादेवानंच हे सुचवलं."

"मोठी चूक झाली ती. तिथं थोडक्यात मिटलं असतं. आता हे सगळे वाटे मागत्यात."

सरपंचाचं बोलणं खुटलं. कोळीच बलाबला बोलू लागले. अखेर मी विचारलं, "मी देऊ तरी किती? तुम्ही सांगाल तो आकडा. बोला."

"अहो, आमी कुटं राज मागतो तुमच्याजवळ?"

मी म्हणालो, "मागायला आणि द्यायला राज्य आहे तरी कुणाजवळ?"

"राज सोडा. आम्ही काय असं भरमसाठ मागतोय का, त्यामुळं तुम्हाला तुमची गाडीबिडी इकून आमची भरपाई करायची हाय?"

यावर सरपंच म्हणाले, "मी सांगतो ते ऐकणार का?"

"आमी काय तुमच्या शब्दाभाईर हाय का?"

"मग असं करा-वीस तिथं तीस घ्याचं आणि गप्प जायचं."

यावर थोडा वेळ गप्प बसून कोळी बोलला, "धा जणांत तीस? म्हंजे काय पदरात पडलं हो आमच्या? तीन-तीन रुपये? चिरमुरं घेऊ खायाचं का फुटाणं? काय सरपंच हे! गरिबाच्या पोटावर पाय देता व्हयं?'

दुसरा एक कोळी बोलला, "सरपंच, पाठीवर मारा पर पोटावर मारू नका."

तिसऱ्यानं त्यात भर घातली, "आशेनं तोंड पसरून आलोय, मुखात चांगला पडंल म्हणून."

चौथा बोलला, "त्यात माती घालता व्हय?"

आता मला हे ऐकवत नव्हतं. ती उठून एकदम एक शंभराची नोट काढली आणि ती पुढं ठेवून म्हणालो, "हे शंभर रुपये खुषीनं देतोय ते घ्या. त्यात समाधान माना."

बराच वेळ त्यावर विचार करून एक कोळी म्हणाला, "असं करा – अंगठी काडणाऱ्याला एक धा जास्त द्या. बाकी मग काय न्हाई."

तेही दहा रुपये जास्त दिले. एकशे दहा रुपये घेऊन कोळी निघून गेले, आणि सरपंच मला म्हणाले, "तुम्ही कोळ्याच्या जाळ्यात गावला बगा! देवमासा गावला हो त्यांना! थांबा, दावतो त्यास्नी हिसका. तुमी जायच्या आदी एक-दोन दिवस करतो बघा गंमत."

मला त्या वेळी काही कळलं नाही; पण निघण्याच्या दोन दिवस आधी सरपंच घरी आले आणि मला म्हणाले, "चला, नदीवर अंघोळीला जाऊ."

आम्ही नदीवर गेलो. पोहता पोहता सरपंच म्हणाले, "अरे अरे अरे! आज आणि कशी अंगठी पडली!"

कांगावा झाला. वार्ता पसरली. कोळी गोळा झाले. सरपंचांनी दांडगं जाळं टाकलं. ते म्हणाले,

आज सायबांची अंगठी पडली. "लेकाहो– हिऱ्याची अंगठी हाय, पाच हजारांची! बघा, बघा, बघा लवकर. उद्या ते जायाच्या आत अंगठी मिळाय पायजे."

एकाला दहा कोळी नदीत श्वास कोंडून घेऊ लागले. पाच हजारांची हिऱ्याची अंगठी सापडणार होती. मामला काही साधा नव्हता. घबाडच गावणार होतं.

तिसऱ्या दिवशी त्याच नदीच्या पुलावरून आमची गाडी गाव सोडून निघाली होती. मला बघवत नव्हतं. गावचे कोळी बुड्या मारत होते, वाळू नि वाळू चाचपत होते. मला वाटलं, ओरडून सांगावं – बाबांनो, नाही अंगठी हरवली. पण ते शक्य नव्हतं. सरपंच घाटावर बसूनच होते. मोठं जाळं टाकून बसले होते. जाळ्यात गावचे सगळे कोळी अडकले होते.

□

उमाळा

आमची आजी मेली तेव्हा मी लहान होतो. आठ-नऊ वर्षांचा असेन. दुसरी का तिसरीच्या वर्गात होतो. असा मी लहानच होतो. दसरा-दिवाळीला विजार घातली तर माझी मला नाडी बांधता येत नव्हती. शाळेत लघवी लागली म्हणजे पंचाईत व्हायची. मोठी पंचाईत व्हायची. मोठी पोरं मुद्दाम माझी नाडी ओढायची. अजून तांब्या घेऊन जात नव्हतो. अशा काळातली ही गोष्ट. पण मला सगळं आठवतं – घडलेलं सगळं. आमच्या आजोळचा निरोप घेऊन कोण आलं, आम्ही गेलो कसं, आलो कसं हे सगळं सगळं.

तो दिवस अजूनही मला चांगला आठवतो. उन्हाळा होता. तिन्हीसांजेची वेळ होती. एका अंगानं आभाळ भरून आलं होतं. ढग गडगडत होते, विजा चमकत होत्या. आईला बिलगून मी सोप्याला बसलो होतो. तिचा पदरही मी माझ्या अंगाभोवती वेढून घेतला होता. एवढ्यात एक वीज चमकली. लख्खकन प्रकाश पडला. डोळे दिपले. मी आईच्या कुशीत तोंड घातलं आणि काड काड काड अशी वीज कडकडली. सगळं घर हादरल्यागत झालं. माझ्या कानांवर हात ठेवत आई म्हणाली,

"कुठं तरी पडली बाबा... अंगणात ऐदान तर टाकू."

असं म्हणून ती उठली. मीही उठलो. आत जाऊन तिनं चटणी कुटायची पहार आणली.

मी म्हटलं, "दे, टाकतो अंगणात."

"बाबा, तू पायाळू हाईस. तू कुठ जातोस भाईर? बस हितंच," असं म्हणून आमचा भला मोठा सोपा ओलांडून ती बाहेर गेली आणि लगेच अंगणात ती पहार टाकून भर्रकन माघारी आली. मी लगेच बिलगलो.

ती म्हणाली, "हितं बसायला नको. वीजच लई होती रंऽऽ! चल आत."

सोप्याला न बसता आम्ही आत येऊन दाराच्या तोंडाशी बसलो. एवढ्यात भरारा वारंही सुटलं. सोप्यावर मधोमध सळईला टांगलेला कंदील हेलकावे खाऊ लागला. आई त्या कंदिलाकडं बघत बोलली, ''दिवा इझतोय काय की रं? सारखं भडकाय लागलंय.''

वहिनी म्हणाली, ''विझवून ठेवू काय?''

मागं बघत आई तिला म्हणाली, ''तिन्हीसांजेला लावलेला कंदील इजीवतीस? किती शानी हाईस!''

''काच आणि तडकंल, म्हणून म्हटलं.''

''म्हणून म्हटलंऽऽ? लई शानी ग तू!''

यावर वहिनी काही बोलली नाही. आपल्या मुलाला आईच्या मांडीवर ठेवून ती गप आत निघून गेली. तीन वर्षांचं ते पोर माझ्या आईला बिलगलं. अंगावरच्या पदरात लपेटून ती त्याला म्हणाली, ''राजेंद्र, राजेंद्राऽऽ, दुदू ते काय प्याला का बाबा?''

आई त्याच्याशी बोलत राहिली. मी आपला बाहेर बघत राहिलो. मध्येच आई मला म्हणाली, ''आजून तुझा अण्णा का आला न्हाई रं?''

मी म्हटलं, ''ईल की आता.''

बाहेर आभाळाकडं बघत ती म्हणाली, ''कवाच्या काय आभाळ असं भरून आलंय. ईज व्हाय लागलीया. ढग गडगडाय लागल्यावर लगेच निघू ने का रानातनं?''

एवढ्यात एक सायकल येऊन अंगणात उभी राहिली. आईनं मला विचारलं, ''कोण आलं रं?''

मीही बघत राहिलो. एक छळकाटा माणूस विजार आणि गांधी टोपी घालून घराकडं बघत उभा होता. कोणी ओळखीचा दिसत नव्हता. आई मोठ्यानं म्हणाली, ''कोण हाय?''

''मी नागू मास्तर हो.''

''या की,'' असं म्हणून आई उठली. आतनं एक पाण्याचा तांब्या आणून सोप्याला ठेवला.

सायकल जोत्याला लावून मास्तरांनी पाय धुतले, चूळ भरली. एवढ्यात आईनं जाजम पसरलं. रुमालानं तोंड पुसत ते जाजमावर बसले.

आई म्हणाली, ''असं अवचित कसा आला मास्तर?''

''मुद्दाम सांगावा द्यावा म्हणून आलोय.''

''कसला?''

''काय कळलं न्हाई?''

हेलकावे घेऊन कंदील भडकत होता. भक्क करून दिवा मोठा होत होता आणि पुन्हा लहान होत होता. त्या कंदिलाकडं बघत आईनं विचारलं, "काय? न्हाई बाबा! काय?"

"आज्जीला ज्यास्त झालंय."

"ज्यास्त?"

"तर हो!"

आचारी का बिचारी झाल्यागत आई थोडा वेळ तोंडाकडं बघत राहिली आणि आतल्या किनऱ्या आवाजात बोलली,

"न्हाई. एकाला दोन चुलतभाऊ माझं तिथं असून कुनी एकानं कळवू ने?"

"अहो, आज पंधरा-तीन वार झालं, अंथरुणाला खिळून आहे."

"बघितलं का?"

"तर! तुमच्या किणीचा अण्णासाहेबही येऊन तळ ठोकून बसलाय."

"तो कवा आलाय?"

"पाटलीणबाई, त्याला येऊन आज आठ रोज झालं की."

एवढ्यात अंगणात गाडी आली. अण्णा रानातनं आले. कोणीतरी सोप्यात बसलेलं बघून त्यांनी बाहेरनंच विचारलं, "कोण आलंय?"

"हे नागू मास्तर आल्यात बाबा. तुमच्या आजोळास्नं काय हे सांगावा घेऊन आल्यात बघ."

"काय हो मास्तर? काय सांगावा?" असं म्हणत ते जोता चढून वर आले. एकदा मागं वळून गड्याला म्हणाले, "कुळव ते जास्तानाला ठेव. बैलांना वैरण ते घालून मग जेवायला जा रं. आणि लवकर ए." असं म्हणून हात-पाय न धुताच अण्णा सोप्यावर बसले.

आणि मास्तर म्हणाले, "अण्णा, तुमच्या आजीला ज्यास्त झालंय हो."

"ज्यास्त?"

"तर हो! काल मी बघायला गेल्तो. आता काय खरं नाही."

"मग कळवलं कसं न्हाई आमाला?"

मास्तर बोलले, "तेच मला काल तिथं कळलं. बायको मला म्हणाली– निदान तुमी तर जाऊन सांगून या. आज शनवार. सकाळची शाळा करून दुपारी ऊन खाली झाल्यावर निघालो. म्हटलं, तुमची तोंडभेट तर होईल!"

"म्हणजे एवढं ज्यास्त हाय?"

"तर हो! आज दो रोज झालं. तोंड जातंय-येतंय. आता काय म्हातारीचं खरं नाही."

"हूंऽऽ!" असं करून अण्णांनी एक सुस्कारा सोडला आणि ते आईला

म्हणाले, "बघा. येळंला नडीला दिलं-घेतलं म्हणून हे मास्तरच आपल्या मनानं सांगायला आले. पण एकाला दोन चुलतभाऊ तिथं गावात हैत - मामं म्हणायचं आमचं!"

आई म्हणाली, "किणीचा तुमचा माऊसभाऊबी येऊन तळ ठोकून बसलाय म्हणं."

"अण्णासाब?"

"व्हय."

मास्तर म्हणाले, "आपल्या बायका-पोरांना घेऊन आलाय. आज आठ रोज झालं असतील."

"हा सगळा गोताळा जमा झालाय आणि पोटच्या लेकीला कसं कळवलं न्हाई हो मास्तर?" असं आई तळमळून म्हणाली आणि तिनं डोळ्यांना पदर लावला.

मास्तर म्हणाले, "कायतरी डाव दिसतोय बघा. रानाच्या ते कायतरी वाटण्या करायचं चाल्लंय."

"वाटण्या?" असं म्हणून अण्णा बोलले, "ते काय म्हणून? माझ्या राजेंद्राला दत्तक दिल्यावर वाटण्या कशा करत्यात? ह्या गेल्या दिवाळीत आजी म्हणत होती, पोराला ठेवून जा."

"ते सगळं खरं हो; पण ते दत्तक देऊन तुम्ही लवकर कागदपत्रं करून मोकळं व्हायला पाहिजे होतं. ह्यांची काहीतरी उलाढाल चाललीय बघा."

अण्णा म्हणाले, "बरं झालं. तुम्ही सांगायला तर आला!"

"अण्णा, असं आहे, " – असं म्हणून ते बोलले, "माझी बदली इथं झाली तेव्हा वर्षभर अन्न खाल्लंय की हो तुमचं! मिठाला जागायला नको? मीच काय, बायकोनं तगादा लावला माझ्या. म्हणाली, जरा वार्ता देऊन या. चिन्ह निराळं दिसतंय."

"म्हणजे सगळे तिच्या इस्टेटीवर डोळा ठेवून बसल्यात म्हणे."

"तिनं दत्तक घ्यावा असं कुणाला वाटत नाही बघा."

"कसं वाटेल? बारा एकरांचा मळा हाय, पाच एकर माळ हाय, गावात चौसोपी दुमजली घर हाय. हे सगळं फुकापासरी जाईल असं वाटतंय."

चहाचा कप आणून ठेवत मध्येच वहिनीनं तोंड घातलं, "फुकापासरी का? त्यांच्यापाई आमी थोडं राबलोय? दोन सालांमागं जाऊन त्यांचं म्हैन्याभराचं सगळं दुखणं काढलंय की, ह्या हातानं रोज अंग पुसून लुगडं नेशीवलंय."

"तू गप ग!" असं म्हणून अण्णांनी डोळे वटारले, तशी ती तोंड मिटून गप झाली.

मग डोळ्यांचा पदर बाजूला करत आईच म्हणाली, "खरं हाय तिचं, आजवर

पडली-झडली तवा कोण आलं होतं का बघायला तरी? मीच सुनंला घेऊन तिथं म्हैना-म्हैना राहिले.''

''बरं, आता हे उगळत बसू नका,'' असं म्हणून अण्णांनी विचारलं, ''कवा निघू या?''

आई म्हणाली, ''आता कवा काय, सकाळी निघायचं.''

''आणि आत्ताच गाडी जोडली तर?''

आई अण्णांच्या तोंडाकडं बघत राहिली.

अण्णाच म्हणाले, ''जाऊ रातोरात. काय सांगता येतंय? निदान तोंडभेट तर होईल.''

''तेबी खरंच. जेर हाय म्हटल्यावर रात तर जाती काय न्हाई हे काय सांगता येतंय?''

''तेच म्हंतो मी. तोंडभेट तर व्हावी.''

यावर मास्तरांनीच आडामोडा घातला. ते म्हणाले, ''आता रात्री निघू नका.''

''का?''

''अहो, हे आभाळ बघा.''

अण्णा म्हणाले, ''त्याच्या आईचं आभाळ! अहो, रातीत काय झालं तर आमाला आमच्या आज्जीची भेट तर हुईल का?''

आईही म्हणाली, ''कोण वाट बघंल आपली? वाट बघणारी ती एक माझी आई! ती गेल्यावर कशाला कोण वाट बघतंय? आमी जाईस्तवर माती देऊन मोकळं होतील!''

''मोकळं?'' असं म्हणून अण्णा बोलले, डबरा खणून वाट बघत बसलं असतील – कवा जाती ह्याची!

''व्हय, बसणार की! त्यास्नी काय कळकळ? तयारी कर बाबा गाडी जोडायची.''

वहिनी म्हणाली, ''लगेच जेवून निघू या?''

डोळे मोठे करून अण्णा म्हणाले, ''व्हय! श्रीखंड-पुरी कर न्हाईतर अडी-शिरी पायलीचं पुराण घाल. पोळ्याबिळ्या खाऊन निघू की!''

''अहो, तसं न्हवं. मास्तरास्नी तर जेवाय नको?''

''तर! जेवायलाच आल्यात ग तुझ्या घरात ते! त्यास्नी तिकडं काय मिळत न्हाई म्हणून सायकल घेऊन आल्यात!''

एवढ्यात आभाळ दणाणलं. वाराही सुटला. विजा चमकू लागल्या आणि पाऊस आला. थेंब चांगले टपोरे पडू लागले. मास्तर म्हणाले,

''अण्णा, ऐका माझं. मध्ये दोन-तीन ठिकाणी ओढे आहेत. मुलाबाळांना घेऊन जायाचं. कुठं ओढ्याला पूरबीर आला तर काय करता. असं करा, भल्या

सकाळी निघा.''

दोनदा-तीनदा अण्णा अंगणात जाऊन आभाळ बघून आले. आभाळ निवळायचं काही चिन्ह दिसत नव्हतं. एका अंगानं पावसानं चांगली फळीही धरली होती. अखेर अण्णा हळहळत म्हणाले, ''ह्यो मेघराजा एक आडवा आलाय – न्हाईतर रातोरात गेलो असतो. आता सकाळीच जाऊ झालं. भल्या पाटंला उठून निघू.''

अण्णा आणि आई तेवढे रात्री जेवले नाहीत. आम्ही वाढलं ते खाल्लं आणि चिडीचिप होऊन अंथरुणावर पडून राहिलो. मी रोज आईजवळ झोपत होतो. ती आणि अण्णा बोलत बसले होते. मला झोप लागेना. सारखी आजी डोळ्यांपुढं येऊ लागली; कमरेत वाकलेली, सुरकुतल्या चेहऱ्याची. तिच्या तोंडात दात नव्हते. ती बोलू लागली म्हणजे चोच उघडल्यागत-मिटल्यागत वाटायची. दरसाल आम्ही आजोळाला जत्रेला जायचो. मागेल ती खेळणी घेऊन द्यायची. मोटार पाहिजे, मोटार घे. राघू पाहिजे, राघू घे. पत्र्याच्या मोटारी आणि लाकडी राघू किती घेऊन दिले तिनं! मला एकदा जत्रेत नवी ताट-वाटी घेऊन दिली. म्हणाली, रोज ह्या ताटात जेव. एक चिन्नुपटाणा लोटाही घेऊन दिला होता पाणी पिण्यासाठी. त्याच लोट्यानं मी रोज पाणी प्यायचो आणि त्याच ताटात जेवायचो. तिच्या हाताला एक गोडी होती. हिरव्या मिरच्या घालून ती धपाटे करायची तसे कुणाला जमायचेच नाहीत. ते धपाटे आणि घट्ट कवडीसारखं दही मला फार आवडायचं. (आठवण झाली म्हणजे अजून तोंडाला पाणी सुटतं!) मनात आलं, आता गेल्यावर करून घालेल का? मी अंथरुणावरून आईला म्हणालो,

''आई, उद्या गेल्यावर आजीला धपाटं करायला सांग.''

आई काही बोलली नाही, पण अण्णा एकदम खेकसले, ''भडव्या! आपण धपाटं खायाला चाल्लोय? गप पड! काय अक्कलबिकल हाय का तुला?''

मी गप पडून राहिलो. काही बोललो नाही. अण्णा भडकले होते. बोलायची काही हिंमतच झाली नाही. ते एकदम का असे रागावले हेच कळलं नाही. मी मनात चार शिव्या दिल्या. सोडलं नाही. केव्हा झोप लागली कळलीही नाही. त्या रागाच्या भरातच झोपलो.

मला हलवून हलवून आईनं जागं केलं. डोळे उघडून बघितलं तर घरात दिवे दिसायला लागले. मी जागाच होईना. डोळे उघडायचा आणि पुन्हा झोपायचा. अखेर अण्णा जवळ आले आणि मानेखाली हात घालून त्यांनी मला उठवून बसवलं.

आई म्हणाली, ''अरं, आज्जीकडं जायचं. ऊठ, ऊठ, तोंड धू.''

'आजी' म्हटल्याबरोबर मी जागा झालो. तिथं सोप्याला चोपाळा होता. तासन्-तास त्यावर बसून आम्ही झोके घ्यायचो. त्यावरच बसून धपाटे खायचे. मी उठलो. तोंड धुतलं. आईनं मला विजार घातली. डोक्याला तांबडीभडक कानाला टोचणारी

मफलर बांधली. अंगावर चादर दिली. म्हणाली, "जा, गाडीत बस जा."

मी घरातनं बाहेर आलो. अंगणात गाडी उभी होती. अण्णा कासरे धरून पुढं बसले होते. मला बघून ते म्हणाले, "चला, लवकर आटपा."

मी जाऊन गाडीत बसलो. काळाकिट्ट अंधार होता. धड काही दिसत नव्हतं. चंदरनं एक ट्रंक आणून गाडीत ठेवली. आई आली. दोन्ही मुलांना घेऊन वहिनीही आली. तिला बघताच अण्णा ओरडून म्हणाले, "भवाने, जरीकाठी साडी नेसून नटलीयास? कुठं जत्रंला निघालोय काय लग्नाला? आधी जाऊन लुगडं बदलून ए. जा लवकर."

आई म्हणाली, "असू द्या." पण अण्णांनी ऐकलं नाही. ते म्हणाले, "प्रसंग कसला, आपुन चाल्लोय का–आणि ही नटूनथटून येतीया? गौरी सजल्यागत सजून अगदी! आयला ह्यातच्याऽऽ! आमाला जेवाणसुद्धा सुचंना झालंय आणि हे बघा! "

साधं लुगडं नेसून वहिनी आली. आमची सगळ्यांची तोंडं चुकवून खाली मान घालून गाडीत बसली. एकाएकी अण्णा आईला म्हणाले, "संगं जरा जादा-कमी पैसे घेऊ का?"

"किती घेतल्यात बरोबर?"

"काय पाच-धा."

"मग आणि कशाला लागल्यात?"

"तसं न्हवं, काय डाक्टरफिक्टर आणायचा झाला तर असावंत. घेतो थोडं," असं म्हणून ते गाडीतनं खाली उतरले. पुन्हा कुलूप काढून घरात गेले. ते येईतोवर मी कासरे हातांत धरून बसलो होतो. ते आले. माझ्या हातातले कासरे आपल्या हातात घेऊन बैलाच्या शेपटीला हात लावत म्हणाले, "दीडशे रुपयं घेतल्यात."

आई म्हणाली, "एवढं कशाला लागत्यात?"

"असावंत. असं हाय "– असं म्हणून ते बोलले, "किती केलं तर ती आज्जी हाय. काय असली आशा तर लगेच कोल्हापूरला जाऊन चांगला डाक्टर घेऊन येतो. पेशल मोटार करावी लागंल. पैसा असावा जवळ."

आई कळवळून बोलली, "बाबा, तुझ्यासारखा तिला असला नातू असताना कसं कुणी कळीवलं न्हाई बघ."

"जरा आधी कळलं असतं तर केलं नसतं? पाचशे आणि हजार खर्च आला असता तरी काय डगलो असतो काय मी?"

नशीब बाबा तिचंऽऽ नशीब! असं म्हणून आईनं डोळ्यांना पदर लावला आणि जुन्या आठवणी निघाल्या.

ती म्हणाली, "बाबा, तुझा जलम झाला. तू पैला मुलगा माझ्या पोटी आलास. किती आनंद झाला तिला! एखाद्या भिंगरीगत नाचली माझी आई! काय बारसं

घातलं! किती माणूस जेवलं!''

आठवण झाल्यागत करून अण्णा म्हणाले, ''सोन्याचा कडदोरा करून घातला होता न्हवं?''

''तर रं! चांगला पाच तोळ्यांचा कडदोरा केला. आणि हेच माझ्या चुलतभावांना बघवलं न्हाई. बारशाला ते जेवायला कुठं आलं? एकाच्या पोटात दुकाय लागलं आणि एकाला हागवण लागली बघ. दोघी मामी तेवढ्या तुझ्या आल्या. तेबी लाजंखातर.''

थोडा येळ गेला आणि अण्णा म्हणाले, ''देवा यश देऊ द्या. वाटेल त्या डाक्टरला आणून तिला बरं करतो. तिच्या हातचं पुन्ना धपाटं खाणार बघ!''

''पांग फेड बाबा तेवडा तिचा. हू द्या, खडखडीत बरी हू द्या – आणि तुमाला धपाटं करून घालू द्या.''

आई तोंडाला पदर लावून बसली. लहान पोरागत मुळूमुळू रडू लागली. ते बघून मला कसंसंच झालं. मला राहवलं नाही. मी आईला बिलगून रडव्या सुरात म्हणालो, ''आई, रडू नको गं! मला रडू येतंय!''

अण्णा म्हणाले, ''अरं, तुझी आज्जी ती तिची आई. तिला वाईट वाटणारच. रडू नको कसं?''

मला थापटल्यागत करून मग आईच म्हणाली, ''न्हाई बाबा रडत. गप बस. गप रं पोरा. तू का डोळं गाळतोस?''

झुंजूमुंजू होऊन फटफटल्यागत झालं. तेव्हा मी पुन्हा जागा झालो. गाडीत आईच्या मांडीवर झोपून गेलो होतो. जाग आल्या आल्या आधी आईचे डोळे बघितले. रडून ते लालभडक झाले होते. अण्णाही आपल्या पटक्याचा शेमला अधनंमधनं डोळ्यांना लावत होते. त्यांचेही डोळे लालभडक झाले होते. मी जागा झाल्यावर बराच वेळ कोणीच काही बोलले नाहीत. नुसता गाडीचा आवाज कानावर येत होता. लोखंडी धाव वाजत होती. मध्येच बोट करून दाखवत अण्णा म्हणाले, ''हे बघ आई, त्या लिंबाच्या झाडावर ईज पडलीया. एक फांदी बघ कशी जळून खाक झालीय.''

''काल राती पडली काय की बाबा?''

''रातची गोष्ट असनार.''

''बरं झालं राच्चं निघालो न्हाई.''

एवढं बोलणं झालं आणि पुन्हा विषय आजोळचा निघाला. अण्णाच म्हणाले, ''आता एक तासाची वाट ऱ्हायली.''

''दिस उगवायला जाऊ.''

''सकाळ सकाळ जाऊन हजर होऊ की. आजीनं म्हणाय पायजे, एरवाळी

आलास. कवा निघालास रं बाबा? अशी अंधारात गाडी जोडलीस? वाट तर कशी दिसली?''

आई म्हणाली, ''तुला बघितल्यावरच आधी तिचा निम्मा रोग हटंल!''

बोलत बोलत आजोळ केव्हा आलं कळलंच नाही. दिवस उगवला व गाव आलं. देवळाचं शिखर चमकू लागलं. आईनं आणि अण्णांनी देवळाकडं बघून हात जोडले. मी मात्र खुळ्यागत विचारलं, ''आई, आता जत्रा कवा गं?''

अण्णा बोलले, ''लेका, आज्जी बरी झाली तर जत्रा. देवाला हात जोड आणि तिला जीवमान माग. येऊ मग जत्रंला. न्हाई तर कशाची जत्रा आणि फित्रा!''

त्या देवळाकडं बघून मी हात जोडले.

आमची गाडी जाऊन अंगणात उभी राहिली. बरेच लोक सोप्याला बसले होते. दोन्ही मामा, त्यांची मुलं, आमचा किनीचा मावसभाऊ हे सगळे होते. बायामाणसंही आत-बाहेर करत होती. कुणीतरी पुढं होऊन म्हणालं, ''या, लवकर आला, बरं झालं. रातीधरनं लई घाबरं केलंय. आमी असं बसूनच हाय. सगळी रात जागून काढली.''

पायावर पाणी ओतून आम्ही आत गेलो. आई मला सोडून धाव घेतल्यागत पुढं गेली. एकदम बायकांच्या कोंडाळ्यात शिरली. आजीच्या गळी पडली.

घुसळखांबाला हाता-पायांचा तिढा घालून मी लांबूनच बघत राहिलो. आजी झोपली होती तिथं अंधार होता. देव्हाऱ्यावर समई ठेवतात तशी एक समई तिथं शेजारी ठेवली होती. आईनं वात मोठी केली. आजीच्या तोंडावर प्रकाश उजळला. कुणीतरी म्हणालं.,

''बाई, तुझी लेक आलीया, नातू आल्यात, पतवंडं आल्यात. डोळं उघडून बघ एकदा तोंड उघडून बोलं.''

तिच्या चेहऱ्यावर सुरकुत्या जरा हलल्या; पण चोच उघडली, मिटली नाही. आई तोंडाजवळ तोंड नेऊन म्हणाली, ''आये, एवढं तुला बघायला धावून आलोय- उघड की गं डोळं. बघ तर लेकीला.''

मला ते बघवलं नाही. मी मान फिरवून उभा राहिलो. वहिनी एका बाजूला कुणाशी कुचूकुचू बोलत होती. ती बाई काहीतरी तिच्या कानात सांगत होती आणि वहिनी आपले तळहात एकमेकांवर घासून काहीतरी म्हणत होती. हळू आवाजात काय बोलणं चाललं होतं ते कळलं नाही. त्यांचं बोलून झालं आणि लगालगा बाहेर सोप्यावर येऊन ती अण्णांना म्हणाली,

''उठा, गाडी जोडा. आत्ताच्या आत्ता निघायाचं. ह्यांनी सगळ्या रानाच्या, घराच्या वाटण्या करून घेतल्यात. तालुक्याला मोटारीनं जाऊन कागुदबी केलाय म्हणं. आपल्या वाटणीला काय फोंडा माळ तेवढा ठेवलाय म्हणे.''

अण्णा गरजले, "तेवढा माळ घ्यायला आम्ही काय भिकेला लागलोय काय? आज्जी गेल्ती तालुक्याला?"

"तर! मोटारीत घालून न्हेल्तं म्हणं."

"कोन पानीसुदिक हितं पिऊ नका! पडा भाईर!" असं म्हणून अण्णा अंगणात गेले.

बांधलेले बैल सोडून गाडीला जोडू लागले. वहिनीनं ट्रंक आणून बाहेर ठेवली. दहाजणांची दहा तोंडं बोलू लागली.

"आल्या आल्या असं जाऊ नका. ते बरं दिसत नाही." असं कुणी म्हणालं, आणि अण्णा एकदम भडकले. ढग गडगडावा तसे बोलू लागले. विजा कडाडू लागल्या. कंदील भडकावा तसं अण्णांचं तोंड दिसत होतं. माझ्या अंगाचा थरकाप झाला होता. आईला बिलगावं असं वाटत होतं; पण आई आत होती. मला तिथं जाववत नव्हतं. मी खांबाला घट्ट विळखा घालून उभा राहिलो.

एकदम तरातरा अण्णा आत आले. सोप्यातनंच आईला काहीतरी म्हणाले. आई बोलली, "मला तर थांबलंच पायजे. तुमी जावा सगळं."

खसकन अण्णांनी माझा हात ओढला. दरादरा मला ओढतच त्यांनी बाहेर नेलं. गटळं टाकावं तसं उचलून मला गाडीत टाकलं. काडकन चाबूक वाजवला आणि गाडी सुरू झाली. गाडीतनंच मी त्या चोपाळ्याकडं बघितलं. त्यावर अजून बसलोसुद्धा नव्हतो, एवढ्यात तिथनं परतावं लागलं. माझा जीव त्या चोपाळ्यात अडकल्यागत झाला... त्यात आणि आईत.

आई तिथंच राहिली होती.

"ह्यांच्या आयला ह्यांच्याऽऽ!" असं म्हणून अण्णा तोंडाला येईल ती शिवी देत होते. वहिनीही दोन हात घासून तळतळाट देत होती. ह्यांच्यासाठी एवढं केलं, तेवढं केलं, असं म्हणून सगळं उगाळत होती.

"आमची आजीच हरामखोर!" असं म्हणून अण्णा एकेक गोष्ट वहिनीला सांगत राहिले. 'तरीही,' 'व्हय की,' 'न्हाई तर,' 'बघा की,' असं करत ती त्यांच्या सुरात सूर मिसळत होती. मध्येच अण्णा गरजत होते. ढगावर ढग आपटत होते. गडगडाट होत होता. विजा चमकत होत्या. माझे डोळे दिपत होते. बावकड्याला घट्ट धरून मी डोळे मिटून बसलो होतो. डोळ्यांपुढं आजी आली. वात मोठी करून तोंडाकडं बघणारी आई दिसली. मला रडूच आलं. मी एक हुंदका दिला. अण्णा मागं बघून म्हणाले,

"भडव्या! तुला एवढा कशाचा उमाळा आलाय? रडतोस?"

रडतच मी म्हटलं. "न्हाई."

घाबरलो होतो – भयंकर घाबरलो होतो. एकदम रडायचं बंद होऊन मी गप्प

बसलो. रडू येईल हीच एक भीती वाटत होती.

एवढ्यात एक सायकलस्वार मागनं आला आणि गाडीच्या पुढं येऊन आडवा उभा राहत म्हणाला, ''अण्णा, गाडी मागं फिरवा. आज्जी गेली.''

गाडी उभी राहिली. अण्णांनी टक लावून त्या सायकलस्वाराकडं बघितल्यासारखं केलं आणि ते म्हणाले, ''गेली? जाऊ द्या! गेली ती आमची आजी न्हवं! ती आमची कोण न्हवं! काय संबंध तिचा-आमचा? जावा मागं! वाट सोडा!''

चाबूक कडाडला; आणि गाडीला भिऊन तो सायकलस्वार बाजूला झाला. मागं न फिरता गाडी पुढं चालली. आता मात्र मला रडू आवरलं नाही. मी हुंदके देऊ लागलो.

बावकड्याला गच्च भरून हुंदके देत होतो. अण्णांनी मला कोपरांनी हाणलं तरी पर्वा केली नाही. बावकडा गच्च हातांत धरला होता. गाडी जात होती आणि मी रडत निघालो होतो.

◻

टाकीचे घाव

विद्या मिळवावी, चांगलं शिक्षण घ्यावं म्हणून लहानपणी मला काय काय करावं लागलंय हे काय सांगू? अगदी करू नयेत अशा गोष्टी केल्या आहेत. त्याही अशा, की अभ्यास सोडून बाकी सगळ्या! मी काही त्या हौसेनं केल्या नाहीत. मला त्या कराव्या लागल्या. आमच्या वडिलांच्या धाकामुळं सगळं निमूटपणे सोसलं. त्यांचा धाकही जबरदस्त होता. काय करणार?

त्याचं असं झालं – माझे वडील अंगठेबहाद्दर होते; पण आपली मुलं शिकावीत ही त्यांची इच्छा दांडगी होती. आपल्या नशिबात शिक्षण नाही ते नाही, निदान आपल्या मुलांना ते मिळावं, आपल्यासारखेच तेही नांगरगट्टे होऊ नयेत, त्यांनी चांगलं शिकावं, पुढं यावं, त्यांची नशिबं उघडावीत, हीच त्यांना कळकळ होती. त्यासाठी अधूनमधून ते आमच्या शाळेत यायचे, मास्तरांना भेटायचे, चौकशी करायचे, पोरावर लक्ष ठेवा म्हणायचे आणि असं भेटून दर खेपेला न चुकता सांगायचे, "मास्तर, चुकलं तर हाणत चला. मारण्यात हयगय करत जाऊ नका. चांगलं ठोकूनच काडायचं! सोडायचं न्हाई!" असं बोलून पुन्हा आम्हाला विचारायचे, "टाकीचे घाव सोसल्याशिवाय देवपण येतंय काय?" आम्ही काय बोलणार? चिमणीसारखं तोंड करून आम्ही गप्प बसत असू. खुद्द आमच्या वडिलांनीच मारण्याची अशी फुल्ल परवानगी दिल्यावर मास्तरांनाही चेव यायचा. दातओठ खाऊन फोकळायचे. अंगावर वळ बघून उलट वडिलांना आनंद व्हायचा. त्यांना त्यात टाकीचे घाव दिसायचे – देव घडतोय असं वाटायचं.

आमच्या आबांचं शिक्षणावरचं हे प्रेम लक्षात घेऊन एका नको त्या शिक्षकांना पान्हा फुटला. मोठ्या अगत्यानं एक दिवस ते घरी येऊन आबांना म्हणाले, "मुद्दाम सांगायला आलोय. तुमचा मुलगा हुशार आहे. त्याला माझ्याकडं शिकवणीला पाठवा. चांगला हुशार होईल."

आबांनी विचारलं, ''फी किती द्याची?''

''छे छे छे!'' असं उद्गारूनच शिक्षक बोलले, ''विद्यादानासारखं पुण्य नसतं! फीसाठी आलो नाही. तुम्ही एवढी मुलांची काळजी घेता – त्याचं काही चीज व्हावं, तुमची इच्छा पूर्ण व्हावी, आम्हालाही काही पुण्य लाभावं, एवढाच हेतू आहे,'' असं म्हणून ते बोलले, ''तुमच्या या मोठ्या मुलाला रोज पाठवत चला माझ्याकडे शिकवणीला. त्याचं चौथीचं महत्त्वाचं वर्ष आहे.''

स्वत: शिक्षकांनी घरी येऊन असं सांगितल्यावर आणखी काय पाहिजे? लगेच दुसऱ्या दिवसापासून आमची शिकवणी सुरू झाली. त्यावेळी आमची शाळा दिवसातून दोनदा भरायची. सकाळी साडेसात ते साडेदहा आणि दुपारी दोन ते पाच अशा या शाळेच्या वेळा होत्या. शिकवणी मधल्या वेळेत होती. साडेदहाला सकाळची शाळा सुटली की घरी जाऊन जेवण करायचं आणि दुपारी बाराला शिकवणीला जायचं. शिकवणी करून तसंच दुपारी शाळेकडं पळायचं. सकाळपासून संध्याकाळपर्यंत माझ्यामागं हे शिक्षण लागलं. पाटी, पेन्सिल, पुस्तकं आणि दप्तर ह्यातच अडकलो. त्यातनं डोकं वर काढायला वेळच नव्हता. घाण्याच्या बैलासारखं दिवसभर एकच चालू होतं.

आमचे हे शिकवणीचे मास्तर काही साधे मास्तर नव्हते. आम्हाला भेटलेले हे गुरुजी अगदी हायब्रीड होते! अर्थात हे त्या वेळी आम्हाला कळलं नाही; पुढं कळलं... फार उशिरा. आणि जेव्हा कळलं तेव्हा त्याचा काही उपयोगही नव्हता. जे काही व्हायचं ते सगळं होऊन गेलं होतं.

आमच्या या मास्तरांचं नाव होतं ढगे; पण ते खरे होते टगे. साधे टगे नाही, महाटगे! शिक्षणावरील प्रेमामुळं आमच्या आबांच्या हे लक्षात आलं नाही आणि मी तेव्हा लहान असल्यामुळं मलाही काही समजलं नाही. मी शिकवणीला म्हणून जात होतो आणि फुकटचा एक घरगडी म्हणून मला ते राबवून घेत होते. उलट, एक पैही न घेता मास्तर आपल्या मुलाला शिकवतात म्हणजे आपल्यावर उपकारच करतात, या भावनेनं आबा त्यांना या ना त्या रूपानं सारखे काहीतरी देत असायचे. शेंग काढली की शेंगाचं पोतं द्यायचं. ज्वारीची मळणी झाली की ज्वारी द्यायची. ऊस गाळला म्हणजे गुळाची ढेप द्यायची. भाजीपाला तर दर आठवड्याला चालूच होता. भेंडी, वांगी, पडवळ, दोडका, बावचीफिवची असं जे माळवं मळ्यातनं घरात येईल त्यातनं आधी चांगलं निवडून ते ढगे मास्तरांच्या घराकडं पाठवायचं. का? कशासाठी? तर आपल्या पोराला फुकट शिकवतोय म्हणून! आमची शिकवणी कशी चालली होती आणि शिकवणीच्या वेळात ढगे मास्तर मला काय शिकवत होते याचा आमच्या आबांना काहीच पत्ता नव्हता. मी शिकवणीला म्हणून मास्तरांच्याकडं जात होतो; पण अभ्यास सोडून त्यांच्या घरचीच सगळी कामं करीत होतो.

शिकवणीचा अगदी पहिला दिवस मला आठवतो. सकाळची शाळा सुटल्यावर घरी जाऊन मी घाईनं जेवण केलं आणि लगेच दुपारी बाराला मास्तरांच्या घरी गेलो. मी गेलो तेव्हा ढगे मास्तर आत माजघरात झोपले होते. त्यांच्या घोरण्याचा आवाज बाहेर सोप्यावर ऐकू येत होता. मास्तरीणबाई आपल्या मुलाला पाजत बाहेर सोप्यावर बसल्या होत्या. मला बघून त्या म्हणाल्या, "शिकवणीला आलाईस व्हय? असं कर, तुझं दप्तर ठेव. मास्तर जेवून झोपल्यात. तवर माझं एक काम कर."

मी म्हटलं, "काय?"

"असं कर – ही पिशवी घे. मुंगल्याच्या दुकानात जा. चार शेर खपली घेऊ आण. एक मापटं मीठ आण. दोन आण्याचं येलदुडं, दोन आण्याचं बेदाणं आणि अर्धा शेर रवा. सगळं नीट ध्यानात ठेवून आण. काय काय आणायचं एकदा सांग बगू मला."

मी आठवून आठवून सांगू लागलो. मग दोनदा-तीनदा ह्या सगळ्या सामानाची माझ्याकडून उजळणी करून घेतली. गहू, मीठ, रवा, वेलदोडे, बेदाणे हे सगळं मी चांगलं पाठ म्हणून दाखवलं आणि एक भली मोठी पिशवी घेऊन मी म्हणालो, "पैसे?"

"पैसे लागत न्हाईत. वहीत मांडून ठेवतोय. तू नुसतं एवडं मास्तरांचं नाव सांगून सामान घेऊन ए."

सांगितल्याप्रमाणं मुंगल्याच्या दुकानातून मी हे सगळं सामान आणलं. मग मास्तरीणबाईंनी गव्हात हात घालून बघितला. सगळ्या पुड्या मोजल्या. आणलेल्या पुड्या सोडायला लावल्या. मीठ बघून मला म्हणाल्या, "नुसता सांगकाम्या आणि 'ओ नाम्या' च हैस व्हय? मीठ चांगलं बघून आणायचं न्हाई? हे काळं मीठ कशाला घेऊन आलायस? आणि रवा कसला आणलाय ह्यो? बग ह्याच्यात किती जाळी झालीया! जा, हे मीठ आणि रवा बदलून घेऊन ए. जरा बघून आण बरं."

मी परत दुकानात गेलो. मीठ आणि रवा बदलून घेऊन आलो. मग मला फळीवरचा एकेक डबा काढायला लावला. पुन्हा ते डबे फळीवर जिथल्या तिथं ठेवायला लावले. मास्तर अजून झोपलेलेच होते. ते उठेतोवर आपण काहीतरी वाचत बसावं म्हणून मी भूगोलाचं पुस्तक हातात घेऊन सोप्यावर बसलो आणि त्यातला एक धडा काढून वाचायला सुरुवात केली. चार ओळी वाचल्या असतील नसतील एवढ्यात मास्तरीणबाई म्हणाली,

"पोरा, मास्तर आता उटतील. त्यास्नी च्या करून द्यावा लागंल. जरा आत जाऊन स्टोत रॉकेल हाय का न्हाई बग. असं कर, त्यो स्टो घेऊन भाईरच ए."

स्वयंपाकघरातला स्टोव्ह मी बाहेर आणला. तो मी खाली ठेवायच्या आत त्या

म्हणाल्या, "जरा हलवून बघ."

मी हलवून म्हणालो, "हाय, रॉकेल हाय."

"आरं, पण उद्यापतुर जाईल का? उद्या तेल आणवंच लागंल; तेच आज आणलं तर काय वाईट?" असं म्हणून त्यांनी मला पुन्हा रॉकेल आणायला पिटाळलं. एक बाटली घेऊन गेलो आणि रॉकेल घेऊन आलो. मास्तरांची झोप झाली होती, पण जांभया देत अजून ते पडल्या जागी पडूनच होते.

मला बघून म्हणाले, "आलास का तू आज?"

"मघाशीच आलोय."

मग आळस देत ते म्हणाले, "आरं, वाण्याच्या दुकानातनं काय सामान आणयचं होतं वाटतं, जरा विचारून बघ."

मी म्हणालो, "जाऊन सामान घेऊन आलो की."

"सगळं आणलं?"

"व्हय."

एक जांभई देत ते म्हणाले, "जरा हिकडं ये. पाठीवर पाय दे बघू माझ्या."

असं म्हणत ते पालथे पडले आणि मी त्यांच्या पाठीवर उभा राहिलो. भिंतीला धरून बेतानं पाय देऊ लागलो. उशीत तोंड खुपसून मास्तर म्हणाले, "दे चांगला पाय. मान, खांदे – सगळं तुडीव."

खांदे, मान चांगली तुडवून झाल्यावर मला म्हणाले, "जा आता कंबरेवर. तुडीव चांगली कंबर."

कंबर तुडवून झाली, आणि मग ते म्हणाले, "जरा पायाच्या पिंढरीवर पाय दे बघू."

मग त्यांच्या दोन्ही पायांच्या पिंढऱ्या, मांड्या, पोटऱ्या, चंपे – एकेक भाग तुडवत राहिलो. माझं दप्तर बाहेर सोप्याला एकटंच बसून होतं. असं बराच वेळ तुडवून झाल्यावर पुन्हा पाठ, कंबर, खांदा, मान यांची दुसरी फेरी झाली. आता दीड वाजायला आलेच होते. दोनला शाळा भरणार होती. उठून तोंड धुऊन चहा घेईतोवर दोन वाजणारच होते. एकदा हातातल्या घड्याळाकडं बघून ते म्हणाले, "अरे, दीड झाला की, चहा करायला सांग."

असं म्हणून ते उठले. चूळबीळ भरली. तोवर चहाचा कप समोर आला. गरम चहाचा घोट घेत ते मला म्हणाले, "काय काय वाचलंस?"

मी पुस्तक मिटून म्हणालो, "जरा भूगोल वाचला."

"आणि इतिहास?"

"इतिहास...न्हाई..."

"सन सगळं पाठ पाहिजेत रं. तोंडपाठ करून टाकायचं बघ!" असं म्हणून

ते म्हणाले, “एवडी कप-बशी आत न्हेऊन ठेव.”

त्यांच्या हातातली कप-बशी घेऊन मी आत गेलो आणि मास्तरीणबाईंना विचारलं, “कुटं ठेवू?”

त्या म्हणाल्या, “ठेव की त्या न्हाणीच्या कट्ट्यावर. न्हाईतर असं का करत न्हाईस?”

मी म्हटलं, “कसं?”

“हातासरशी खळबळून लगेच धुऊन ठेव की वर. पाणी हाय बघ तिथंच, तांब्यानं घे की त्या हंड्यातलं.”

बाप से बेटा सवाई, तशी ही मास्तरीणबाई मास्तरांच्यापेक्षा सवाई होती. त्या वयात काही मला ते फारसं उमगलं नाही. तसं काही जाणवलंही नाही. त्यांनी सांगितल्याप्रमाणं मी ती कप-बशी धुतली. जिथं ठेव म्हणाल्या तिथं ती ठेवून दिली. एवढ्यात मास्तर म्हणाले, “चल जा आता. शाळेची वेळ झाली. मीही निघतोच.”

पहिल्या दिवशी आमची शिकवणी ही अशी झाली. घरात निदान थोडं वाचलं तरी असतं. इथं तेही झालं नाही. मला वाटलं, पहिला दिवस आहे. नसेल घेतलं. उद्यापासून घेतील. पण कशाचा उद्या आणि परवा! रोज हाच परिपाठ चालू होता. उलट, पहिला दिवस बरा म्हणायची पाळी आली. रोज मी आपला शिकवणीला गेलो, मी मास्तर माजघरात झोपलेले असायचे आणि मास्तरीणबाई मी केव्हा येतो याची वाटच बघत सोप्याला बसलेल्या असायच्या. मी दिसलो रे दिसलो की दप्तर ठेवायच्या आत त्या मला कामाला लावायच्या. एक दिवस मला थोडा उशीर झाला. गृहपाठ करायचा होता. मास्तरांच्याकडं गेल्यावर तिथं वेळ मिळेल न मिळेल, म्हणून मी तो घरातच पूर्ण केला आणि बारा वाजता जायचं ते साडेबाराला गेलो. मला बघितल्या बघितल्या त्या म्हणाल्या, “किती उशीर केलास! बरोबर बारा वाजता शिकीवणीला याचा वेळ हाय न्हवं? वाटंल तवा शिकीवणीला येत्यात काय? येळेवर येत न्हाईस म्हणून सांगू का घरात तुझ्या?” असं मला झाडून त्या म्हणाल्या, “आता मी सांगते तेवढं भराभरा कर लवकर.”

मी दप्तर ठेवून तयार झालो, तशा त्या म्हणाल्या, “असं कर, परड्यातली शिडी घे. माळ्यावर चड. तुला एक बुट्टी देते. वर शेणकुटं हैत. त्यांतली बुट्टीभर शेणकुटं तेवढी खाली आण बघू.”

मग परड्यातली शिडी घेऊन माळ्यावर चढलो. बुट्टीभर शेणकुटं घेऊन खाली आलो. हे काम होतं न होतं तोवर त्या म्हणाल्या, “आता असाच पळ त्या नामदेव

शिंप्याकडं. चार दिवस झालं – आज देतो, उद्या देतो, असा कराय लागलाय. शिवून तयार असतील तर दोन चोळ्या तेवढ्या घेऊन ए बघू.''

शिप्याकडं जाऊन मास्तरीणबाईंच्या चोळ्या घेऊन आलो. तोवर तिसरं काम निघालं. माझ्या हातात एक जुनं घमेलं देत म्हणाल्या, ''आरं, आज शनवार. उद्या ऐतवार, घर सारवून आठ रोज होतील. उद्या घर सारवायला शेन पायजे. एवडं कुटनं तरी जाऊन शेन आण बाबा. चांगलं एवढं भरून घेऊन ये हं.''

मी विचारलं, ''कुठनं आणू?''

मलाच शहाणपणा शिकवत ती म्हणाली, ''अरं, एकाला चार घरं हिंडायचं, शेन आणायलाबी काय बुद्दी लागती का? हेबी शिकवावं लागतं?''

मग एकाला चार घरं हिंडून कुणाच्या तरी गोठ्यातनं एक घमेलंभर शेण घेऊन आलो. त्याच दिवशी मी मनाशी ठरवलं, की सारं आबांना सांगायचं. गेले आठ दिवस मी अनुभव घेत होतो. शिकवणीला जाऊनही असली कामंच करत होतो. अभ्यास काही होत नव्हता. दुपारी बारा ते दोन ह्या तासात मास्तरांच्या घरात मला ही असली कामंच करावी लागत होती. जे मी माझ्या घरात करत नव्हतो ते मला मुकाट्यानं तिथं करावं लागत होतं. गृहपाठ करायचा असला तरी मला बाई म्हणायची, ''त्यो केला न्हाई तरी चालंल. त्यो ऱ्हाऊ द्या. मी मास्तरास्नी सांगीन. पण आधी हे काम कर.''

असं बोलल्यावर मग मी तरी काय करणार? गृहपाठ बाजूला ठेवून मास्तरांच्या घरातली कामं करीत बसायचो. एकाला आठ दिवस असे गेल्यावर मी ही गोष्ट आबांच्या कानावर घातली. मला वाटलं, माझी शिकवणी बंद होईल. असं असेल तर मग जाऊ नको शिकवणीला, असं ते म्हणतील. ह्या आशेनं मी आबांना सांगितलं; पण झालं उलटंच. आबा माझ्यावरच खवळले. तावदारून मला म्हणाले, ''लेका, मास्तरांची कामं करायला कुरकुरतोस? जो आपल्याला ग्यान देतो त्याचं पडंल ते काम करायला पायजे. गुरूची सेवा केली तर इद्या मिळंल. इद्या काय उगंच मिळती? पुन्ना कवा अशी तक्रार केलीस तर खबरदार! थांब, मीच मास्तरास्नी सांगून ठेवतो, वाटेल ती कामं लावत जावा म्हणून!''

मी बोलायला गेलो एका आशेनं आणि झालं भलतंच! वाटेल ती कामं सांगत चला अशी परवानगी आबांनी दिल्यावर मास्तरांनी माझी शिकवणी दिवसातनं दोन वेळा ठेवली. एकदा दुपारी बारा ते दोन आणि पुन्हा संध्याकाळी सहा ते आठ माझा पूर्ण घरगडीच केला. आधी निदान थोडी किरकोळ कामं करावी लागत होती – आता सगळी अवघड कामं मागं लागली. संध्याकाळी गेल्या गेल्या त्यांच्या परड्यातल्या त्या आडाचं दहा-बारा घागरी पाणी एकट्यानं भरायचं. पाणी भरून झालं की मग रोज तिन्हीसांजेला किरकिरणाऱ्या त्यांच्या मुलाला जरा हिंडवून

आणायचं. त्यानंतर पाळण्यात घालून त्याला झोप लागेपर्यंत झोके देत बसायचं. तोवर त्यांच्या चार वर्षांच्या मोठ्या मुलाला हटकून रात्रीची शी लागायची. मग त्याच्याबरोबर कंदील घेऊन बाहेर जायचं. बरं, तेही पोर असं इब्लीस होतं, की मला लांब अंतरावर उभा राहू द्यायचं नाही. कंदील घेऊन अगदी त्याच्या पुढ्यात, जवळ उभा राहावं लागायचं. मग मुख्य काम बाजूला ठेवून कंदिलाच्या उजेडात ते मातीत रेघोट्या ओढत खेळत बसायचं. आणि ही सगळी कामं करून निघण्यापूर्वी मास्तरीणबाई मला म्हणायची, "पोरा, मास्तरांची तेवडी गादी घाल रं."

मग मी त्यांची गादी घालायची. त्यावर पलंगपोस पसरायचा. चादर नीट झटकायची, ती पायथ्याला व्यवस्थित ठेवायची. त्यात जरा हिकडं-तिकडं काय झालं तर मास्तरीणबाई म्हणायची, "आरं, कशी गादी घातलीस? ती उशी बग कशी ठेवलीस. चादर नीट झटक की बाबा. अंगात जीव हाय का न्हाई तुझ्या?"

खरं तर दिवसभर एवढी कामं केल्यावर माझ्या अंगात जीव तरी कसा राहणार? गादी घालता घालताच माझे डोळे मिटू लागायचे. केव्हा एकदा घरी जाऊन पडेन असं झालेलं असायचं. रात्री घरी गेल्यावर जेवायलासुद्धा नको वाटायचं.

अशात दसरा जवळ आला. मास्तरीणबाई मला म्हणाली, "पोरा, दसरा आला की रं. उद्या जरा लवकर ए. रविवारची सुटीच हाय. सकाळपासून घर सारवायला लागू; म्हणजे संध्याकाळपर्यंत सारं घर सारवून होईल. दिवस उगवायला ए बग. वेळ लावू नको."

मास्तरीणबाईनं तीन-तीनदा असं बजावून सांगितलं. पुन्हा मी रात्री घरी जाताना त्या मला म्हणाल्या, "लवकर ए बरं का. येळ केलास तर काम संपायला रात होईल. तुलाच घरी जायला उशीर होईल."

तसा उशीर होऊ नये म्हणून भल्या सकाळी उठून दिवस उगवायच्या आत मास्तरांच्या घराकडं गेलो. मला बघून मास्तरीणबाईंना आनंद झाला. "आलास?" ए बाबा – असं म्हणून त्या मला म्हणाल्या, "आधी आडाचं पानी काडून तेवडं पिप्पाड भर. तवर मी घरातलं सगळं सामान काडून रिकामं करते. मग सारवायला लागू."

परड्यातल्या आडावर जाऊन मी रहाटानं पाणी शेंदू लागलो. ओतावं तेवढ्या पाण्याच्या घागऱ्या त्या पिंपात गडपच होत होत्या. रहाट ओढून ओढून हात भरून आले. अंगाला सगळ्या घाम फुटला. ते पिंप भरेपर्यंत हाता-पायांत गोळे आले. होतं नव्हतं तेवढं अंगातलं सगळं बळ यातच गेलं; आणि आता याच्यापुढं दिवसभर सारवण! मास्तरीणबाई शिडीवर चढून भिंती सारवत होत्या आणि मी खालनं बादलीत बोळे भिजवून वर त्यांच्या हातात देत होतो. वर बघून आणि खाली

वाकून माझ्या कंबरेचा काटा ढिला झाला. सगळ्या भिंतींना बोळा देऊन त्या सारवायला दिवस मावळून गेला. कडुसं पडलं, अंधार झाला तरी सारवणं चालूच होतं. अंधार झाला आणि काही दिसेनासं झालं तसे मास्तर हातात कंदील घेऊन उभे राहिले. अखेर रात्री आठाला सारवणं संपलं; पण अजून आमची सुटका झाली नव्हती. सारवणं संपल्यावर हात-पाय धुऊन पुन्हा घराची आवरा-आवर सुरू झाली. काढलेलं सगळं सामानसुमान, कपडेलत्ते, किडूकमिडूक हे सगळं जिथल्यातिथं ठेवायचं आलं. मी अजून का आलो नाही, का कुठं खेळत बसलोय, हे बघायला आईनं माझ्या लहान बहिणीला पाठवून दिलं. ती बघायला म्हणून आली तर मास्तरीणबाईंनी तिलाही वेठीस धरलं. आम्ही दोघंही कुठं गडप झालो हे बघायला आई आली; आणि तिचाही हातभार लागल्यावर काम जरा लवकर संपलं. दसऱ्याचं हे सारवणं संपलं तेव्हा रात्रीचे दहा वाजले होते.

दसरा गेला. दिवाळी आली. एक दिवस मास्तरीणबाई ढगे गुरुजींना म्हणाल्या, "ह्याच्या भणीलाबी बोलवा की शिकीवणीला. लहान हाय पण चांगली चेलवी हाय बघा. तेवढीच मला फराळाचं करताना मदत होईल. लाडू, चिवडा, करंज्या, शेव, काटखड्डुगळं हे सगळं कोण करायचं तर? मी एकटी काय करू हो? बघा ह्याची भण येती का शिकवणीला."

मास्तरांनी मला लगेच विचारलं, "तुझी बहीण कोणत्या वर्गात आहे रे?"

मी सांगितलं, "तिला शाळेत घातल्यालं न्हाई."

"अजून शाळेत का घातलं नाही?"

तिला शाळेत घातलं नव्हतं हा काही माझा गुन्हा नव्हता. मी काय सांगणार? मी फक्त त्यांच्या तोंडाकडं बघत राहिलो. त्यांनी पुन्हा विचारल्यावर म्हणालो, "मला काय म्हाईत? आबांना विचारा."

आमच्या या मास्तरांनी लगेच आबांची भेट घेतली. त्यांना मुळात आधी शिक्षणाबद्दल कळकळ होतीच. स्त्रीशिक्षणाचंही महत्त्व त्यांना पटलं. माझ्या बहिणीलाही शाळेत घालायचं ठरवलं. आबांचा विचार होता पाडव्याला नाव घालावं; पण मास्तर म्हणाले, "छे छे! पाडव्यापर्यंत थांबू नका. कशाचा पाडवा आणि फिडवा घेऊन बसलाय? आधीच दोन-तीन वर्षं वाया गेल्यात! उद्याच्या उद्या नाव घाला. येत्या दिवाळीपर्यंत 'ग म भ न' तर कळाय लागेल? मी तयारी करून घेतो. त्याची चिंता करू नका. भावाबरोबर तिलाही माझ्याकडं शिकवणीला पाठवा."

आमच्या आबांनी लगेच दुसऱ्या दिवशी तिचं नाव शाळेत घातलं, आणि तिसऱ्या दिवसापासून आम्ही बहीण-भाऊ, दोघं मिळून शिकवणीला जाऊ लागलो. पुढं दिवाळीची सुटी लागली. शाळा बंद झाल्या. मुलं खेळण्यात दंग झाली; पण आमची शिकवणी बंद झाली नाही. ऐन दिवाळसणातसुद्धा आम्ही सुटी न घेता

आणि एकही दिवस खाडा न करता ढगे मास्तरांकडं शिकवणीला जात होतो.

कायम सातवीपर्यंत ही शिकवणी चालू होती. चौथी ते सातवी – सलग चार वर्षं मी शिकवणीला जात होतो. दुपार–संध्याकाळ–दोन्ही वेळा. असे कष्ट सोसले, सोसू नयेत असे हाल सोसले, म्हणून विद्या मिळाली. शिक्षण काय फुकट मिळतं? त्यासाठी टाकीचे घाव सोसावे लागतात, टाकीचे घाव!

□

कारवान

आज दिवस डोंगरावर टेकायच्या आधीच सोंडीमाळावरून ढोरं परतू लागली. मांजऱ्याची म्हातारीही आपली एक म्हैस आणि रेडी पुढं घालून लगालगा चालली होती. वेशीजवळ लागणाऱ्या ओढ्यात तिची ढोरं रोजच्याप्रमाणं आजही थांबली. पाणी पिऊन गुरांची पोटं ढोपरावर चढली की म्हातारी त्या वड्याचं पाणी त्यांच्या पाठीवर घालून शेणानं राड झालेलं अंग एका चांगल्या काळ्या दगडानं घाशीत असे; पण आज तिच्या ढोरांनी त्या पाण्याला तोंड लावल्याबरोबर 'हल्या, हल्या' करीत तिनं आपली जनावरं पुढं हाकलली. त्यांच्या पाठीवर तिनं पाणी घातलं नाही आणि त्या ओढ्यावर पडलेला तो काळा दगडही तिनं उचलून घेतला नाही.

आपल्या दोन आकणी घराच्या परड्यात ती गुरांना दावं लावीत असतानाच तिची शेजारीण तिला म्हणाली, "म्हातारी, तोंडावर ऊन घेतच आलीस? काय कारवानबिरवान आल्यात जनू?"

"व्है गं बया! माळाला पाली ठोकल्यात न्हवं?"

"मग चार दिस गावाला भ्या है तर त्येंचं!"

"व्हय. पर त्यास्नी घालायचं काय? आमास्नीच दुपार टळायची भरान्त पडलीया आन् त्येंच्या पोटाला कुठलं द्यायचं?"

"म्हातारी, सरकारला काय डोळं नसतील काय गं? माती चावायचं दिस आल्यात तरीबी ही धाड हायच आमच्यावर. चांऽगलं राबायला काय हुतंय त्यास्नी? काय रोगडी भरतीया?"

म्हातारी म्हणाली, "रोगडी बरं भरील? ऐत्याचं मिळतंया, मग कोण सोडंल गं माझे बाई?... पर न्हाई दिलं तर काय करतील?"

ती बाई म्हातारीला म्हणाली, "ढोरं न्हातील काय गोठ्यात?"

...कारवान लोकांची ही फेरी वर्षाला कधी चुकत नसे. त्यांनी आपल्या पाली

त्या सोंडीमाळाला ठोकल्या की आजूबाजूची खेडी चार दिवस पोटात भ्या बाळगून असायची. भागानं दिलेल्या जमिनीचा खंड जसा जमीनदारानं वसूल करावा तशी आपली खंडणी ते गावाकडून गोळा करीत.

अशी त्यांची फेरी जरी वर्षातून एकदाच गावाला येत असली, तरी ती आली की त्या शेतकऱ्यांना टोळधाडाची आठवण येते. रानात पाय टाकू नका म्हणून त्यांना सांगण्याची कुणाही गड्याची छाती होत नाही. आणि मग त्या चार दिवसांत अनेक हकिकती ऐकायला येऊ लागतात. आज कुणाचं पीक कापलं तर रात्री कुणाच्या गोठ्यातलं जनावर नेलं – अशा अनेक गोष्टी गावातून पसरू लागतात.

... दुसऱ्या दिवसापासून सणदी शिपायाला बरोबर घेऊन कारवान दारोदार फिरू लागले. प्रत्येक हुंबऱ्याला अडिशिरी-पायली धान्य त्यांच्या पदरात आवळलं जाऊ लागलं. 'नाही-होय' म्हणायची कुणाची तारच नव्हती. तशी कुणी तक्रार केलीच तर पाटलानं बरोबर दिलेल्या सणद्याला धाब्यावर बसवून ते खुशाल लोकांना धाकदपटशा दाखवू लागले.

त्या चार दिवसांत तिन्हीसांजेला कुणाची ढोरं त्या सोंडीमाळाला दिसली नाहीत, की पोरंसोरं चुकूनसुद्धा तिकडं फिरकली नाहीत. चारी बाजूंना पसरलेल्या त्या सोंडीमाळावर त्या कारवानांची सत्ता सुरू झाली. कडुसं टळलं की अंधाराची घोंगडी पांघरून जो माळ रात्रभर निवांत झोप घ्यायचा त्या माळाला तिन्हीसांज झाली की एक क्षणाचीही उसंत मिळेनाशी झाली. उघड्यावरच तीन दगडांनी तयार केलेल्या चुलींतली डोंगरी काटकं धूर ओकू लागली. पत्र्यावर भाकरी करपू लागल्या. म्हातारीकोतारी खोकू लागली. दोण वेण्यांच्या, कळकट झग्यांच्या, डोक्याला लाल फडकं बांधलेल्या आणि गळ्यात रंगीबेरंगी मण्यांच्या माळा घातलेल्या बायका दारू प्याल्यागत एकमेकींवर नाव काढू लागल्या. खडमी पोरं उगीचच कळी काढून भांडू लागली, एकमेकांच्या उरावर बसू लागली. कुणी जवान बाप्या आपल्या बायकोला चेचू लागला. हा सारा कलकलाट ती मरतुकडी घोडी खाली माना घालून मुकाट्यानं ऐकू लागली. खुराड्यात कोंबड्या आतल्या आत फडफडू लागल्या.

दर वर्षाला भंडावून सोडणारा हा मुक्काम कोणाचा? हे कोण? कुठले? आणि येथून कधी हलणार? – हीच चिंता त्या बिचाऱ्या सोंडीमाळाला लागून राहिली. मांजऱ्याची म्हातारीही त्याच विवंचनेत पडली होती. कारवानाची ती पीडा कधी टळणार असं तिला झालं होतं. अजूनही ती धाड तिच्या घरावर आली नव्हती. मग ते एवढ्यातच हा गाव कसा सोडणार?

तेलीगल्ली, सोनारगल्ली, भुईगल्ली आणि धनगरवाडाही पालथा घालून झाला. आता आज-उद्या ते आपल्या गल्लीत येणार. आणि मग त्यांच्या पदरात

काय बांधायचं, हाच विचार म्हातारीच्या जिवाला लागून राहिला. एकेकाळी अडिशिरी-पायलीचं धान्य कुणाला सढळ हातानं द्यायला ती कचरत नसे. पण काळ आता राहिला होता कुठं? पदारात तेली आला, माळीण आली की पसाभर जोंधळे घालून माल घ्यावा, असे तिच्या काळचे दिवस होते. पण आज मूठभर दाणा कुणाला द्यायचा तर दहा वेळा खाली-वर बघावं लागत होतं.

तिच्या अंगणातल्या दगडावर काठ्यांचे दोन-तीन पेट पडले. तो आवाज ऐकून ती बाहेर आली.

होय. कारवान तिच्याच दारात उभे होते – आणि त्यांच्याबरोबर तो मारुती सणदीही दिसत होता. म्हातारीनं गोंड मिसळलेले पसाभर जोंधळे सुपातून बाहेर आणले. ते बघताच गुंजेवाणी लालभडक दिसणाऱ्या डोळ्यांचा एक कारवान तिच्यावर धावून वसकन म्हणाला,

''भिकारी न्हवं आमी! चांगला पायलीभर दाणा घाल!''

म्हातारीचा जीव दुगदुग करीत होता, तरी ती खेकसली, ''पायलीच का मागतूस, चांगलं मणभर माग की! तुमासाठीच पिकवतूया का न्हाई आमी शेतं!''

''द्याचं हाय का न्हाई बोल! उगाच वाडाचार नगं!''

''हे देतोय हे घे, न्हाईतर हो फुडं!''

प्रकरण आता चिघळू लागणार असं दिसताच मारुती शिपाई मधे पडला, आणि त्याच्या सांगण्यावरून म्हातारीनं आणखी एक मापटं त्या सुपात आणून ओतलं. कारवानांनी आपापसांत डोळे मिचकावले, एकमेकांच्या कानाला लागून घेतलं आणि तो मघाचा कारवान तिच्या सुपाकडं बघून एकदा फार मोठ्यानं हसला. ते हसू ओसरताच लांडग्यागत त्यानं तिच्या अंगावर झडप घातली आणि तिच्या हातातलं मापटं खसकन हिसकावून घेऊन तो तिच्या सोप्यात शिरला.

हा सारा प्रकार त्या मारुती शिपायाच्या समोरच घडत होता.

सोप्यात तोंड बांधून उभ्या केलेल्या एका जोंधळ्याच्या पोत्याला त्या कारवानानं हात घातला. दार दार ओढत त्यानं ते बाहेर आणलं. तोच दुसऱ्या कारवानानं पोत्याच्या तोंडाला बांधलेली चरी सुरीनं खसकन कापून टाकली. समोर हा इद्धोस बघून म्हातारीच्या पोटात कालवून आलं. ती आपल्या जिवाची आशा सोडून त्यांना आडवी झाली. हिसकाहिसकीत पोतं भुईला लवंडलं. साऱ्या घरभर जोंधळा पसरला. ते बघताच म्हातारीनं तोंड वाजवायला सुरुवात केली. मारुती सणद्यालाही मग जरा जोर चढला. गल्लीतली माणसंही जमा झाली आणि कारवान दातओठ खात पुढच्या उंबऱ्याला गेले.

म्हातारीनं एक दाणसुद्धा त्यांना दिला नव्हता. ती अजूनही टवटवतच होती. पण ते घरभर पसरलेलं धान्य गोळा करून झाल्यावर ती म्हशीला चिपाडं टाकायला

म्हणून जेव्हा परड्यात गेली तेव्हा एक भयंकर भीती तिच्या पोटात शिरली आणि ती भिऊन गाभागाभ झाली.

ती शंका तिच्या मनाला शिवल्यापासून तिचा जीव चुटपुटू लागला. त्या दिवशी तिला तुकडा गोड लागला नाही. डुईवरच्या घड्यातल्या पाण्यागत तिचं मन डचमळू लागलं. आपल्या लाडक्या म्हशीच्या – रंगीच्या दावणीपुढं येऊन ती तीन-तीनदा उभी राहू लागली. रात्रीची धार काढून झाल्यावरसुद्धा परड्याचं दार दडपण्याऐवजी ती रंगीपुढंच येऊन बसली. मध्येच उठून तिनं रेडकापुढं मूठभर शेंगा टाकल्या. काळोख वाढू लागला. सारं गाव सामसूम झालं. नाही म्हणायला समोरच्या तालमीतली पोरं डोळा लागता लागता बोलत होती तोच काय तो आवाज तिला ऐकायला येत होता. म्हातारी अजूनही तिथंच बसली होती. तोच एका कोनाड्यात पाल चुकचुकली. नकळतच तिच्या तोंडातून "किसन – किसन" असे शब्द बाहेर पडले. तिचा जीव बहिरी ससाण्याच्या तावडीत सापडलेल्या पारवाळागत घाबरा झाला. तिचं काळीज लखलखू लागलं. त्या कोनाड्यातली ती पाल बोलली की काहीतरी घडणार असं ती नेहमीच समजत आली होती. तिच्या जिवानं धीरच सोडला.

... म्हैस गेलेली कळताच गल्ली-बोळातून पळापळ सुरू झाली. खालच्या अंगाला, वरच्या अंगाला माणसं धावत सुटली. माळीगल्ली, सोनारगल्ली, भुईगल्ली-साऱ्या गल्ल्या तुडवल्या गेल्या, पण म्हशीचा कुठंच पत्ता लागला नाही. कारवानांनी म्हशीला कुठं गप्प केली कुणालाच कळलं नाही.

त्या मध्यान्हीला सारा गाव चावडीवर गोळा झाला; पण पुढं काय करायचं हे कोणीच बोलेना. म्हशीला कारवानांनीच नेली होती यात तिळभरही शंका नव्हती. पण त्या सोंडीमाळावर चाल करून जायला गाव धजेना झालं. मग म्हातारीच पुढं होऊन म्हणाली,

"आरं, असं मुडद्यावाणी गप का झालायसा? सारा गाव एकहून गेल्याव ते कारवान काय खात्यात का गिळत्यात आमास्नी?"

पण गाव पुढं पाऊल टाकायला तयारच होईना. शेवटी म्हातारी तावातावनं म्हणाली, "काकणं भरा हातामंदी! आरं, कशाला बाप्याच्या जलमाला आलायसा? तुमचा जीव एवढा लै लाडका असला तर मी म्हातारी बायकू फुडं हुतू. माज्या मागनं तर चला!"

असं म्हणून म्हातारी एक क्षणभरही तिथं उभी राहिली नाही. सोंडीमाळाच्या वाटेनं तिची पावलं वाजू लागली. तिच्या मागोमाग माणसांच्या झुंडीही धावू

लागल्या. भाले, कुऱ्हाडी, काठ्या हातात घेऊन गाव त्या म्हातारीच्या पाठीमागून सोंडीमाळावर चाल करायला जाऊ लागला.

शे-दीडशे माणूस त्या माळाच्या आसपास गोळा झालं. ती चाहूल लागताच माळावरची कुत्री भुंकू लागली. समोरून गोफणी फिरू लागल्या, दगडांचा पाऊस वाजत येऊ लागला तसं गाव मागं मागं हटू लागलं. जमावाचा तो भ्याडपणा बघून म्हातारी संतापली. ती त्यांच्यापुढं पळत जाऊन एका डगरीवर उभी राहिली. आपले दोन्ही हात उंच करून त्यांना थांबण्याचा तिनं इशारा दिला आणि त्या जमावाला ती म्हणाली,

''भागूबाईगत पळून जाशीला तर गावच्या म्हादेवाची आण हाय तुमास्नी!''

क्षणभर त्या जमावाच्या भावना हेलावल्या, त्यांच्यातली वीरश्री जागी झाली. म्हातारीचं आव्हान त्यांनी स्वीकारलं. मागं हटलेला तो जमाव परत पुढं पुढं सरकू लागला. माळभर त्याचे पाय वाजताच परत कुत्र्यांचं केकाटणं सुरू झालं. कारवानांनी कालवा केला. गोफणी फिरू लागल्या. आंब्याएवढा एक-एक दगड वाजत येऊ लागला.

तोच जमावाच्या मध्यभागी वाजत येणाऱ्या एका दगडानं कुणाचं तरी कपाळ फोडलं आणि एकच गिल्ला झाला. जमिनीला कुणाचा पाय ठरेना झाला. पळता भुई थोडी झाली. पानाला चुना लावायच्या आतच हा सारा घडलेला प्रकार बघून म्हातारी त्या पळत सुटलेल्या माणसांकडं बघतच राहिली.

तोच तिच्या डोळ्यांपुढं काहीतरी लखलखू लागलं. ती कुणाची तरी फरशी होती. त्या फरशीनं म्हातारीच्या जिवात जीव आला. खाली वाकून तिनं ती उचलून हातात घेतली. तिच्या धारदार फळावरून एका हाताची बोटं फिरवीत ती मनाशी म्हणाली, ''माझ्या रंगीला सोडवून आणीन तरच नावाची म्हातारी!''

ती एकटीच पुढं जाऊ लागली. तिची चाहूल कुत्र्यांना लवकर लागली नाही, पण थोडं पुढं गेल्यावर मात्र परत कुत्री जागी झाली. त्या माळावरच्या पालीवर एकच गोंधळ उडाला. दगडांचा वळीव पुन्हा वाजत आला.

तेवढ्यात म्हातारीला एका पालंशेजारी बांधलेली रंगी दिसली. ''रंगी-रंगी!'' असा हंबरडाच म्हातारीनं फोडला. म्हातारीची साद ऐकून रंगीनंही व्हाँ व्हाँ असं तोंड पसरलं.

म्हातारी पळतच सुटली. माय-लेकीच जणू एकमेकींना भेटायला निघाल्या होत्या. तोच एक दगड भिर्रकन वाजत आला. त्या दगडाचा आवाज जीव थरारवणारा होता.

... म्हातारी एकदम किंचाळली. इतक्या जोरानं, की तालमीत घोरत असलेली पोरं खडबडून जागी झाली.

दारावर थाप पडताच म्हातारीनं कडी काढली. पोरांनी विचारलं, "काय म्हातारे, अशी का वरडाय लागलीयास?"

"काय न्हाय रं बाळांनू सपान पडलं न्हवं!"

"असलं कसलं ते?"

"माझ्या रंगीला कारवानांनी नेल्यागत आन् आमी समद्यांनी पाटलाग केल्यागत. सारं काय ना बायच!"

"इळभर कारवानांचं भ्या पडल्यालं पोटात. तवा पडलंय झालं सपान!" असं एकमेकांशी बोलत पोरं तालमीकडं पुन्हा परतली.

आणि मग म्हातारीनंही आपल्या रंगीला पोट भरून पाहण्यासाठी परड्याच्या दाराची कढी काढली. तिचे हात-पायच उरावर आले.

त्या परड्यात तिची रंगी होती कुठं?

□

आग

भरमू खोताच्या लेकीबरोबर रगबाचं कंत्राट जुळलं होतं आणि रगबा पुरा नादावला होता. बारा दुनी चोवीस तास एकच विषय त्याच्या डोक्यात घुमत होता. शालीशिवाय दुसरं काही सुचत नव्हतं. आपल्या कामधंद्यावरचं त्याचं चित्त उडालं होतं. अंथरुणावर पडलं तरी डोळ्यांपुढं सिनेमा सुरू होत होता... शाली, शाली आणि शाली! दुसरं कशाचं नाव नाही. रगबा खुळा झाला होता – ठार खुळा!

दुपारची भाकरी न खाता रगबा वगळीला येऊन बसला होता. वाट बघत राहिला होता. भूक नाही, तहान नाही, गडी बसून राहिला होता. आत्ता येईल म्हणून एका झाडाखाली बसून आराधना करीत होता. दर घटकेला पानाचं देठ खुडून तंबाकू खात होता. पण त्याच्या जिवाला काही चैन नव्हती, गम पडत नव्हता. कशातच गोडी वाटत नव्हती. कारण दुपार टळली तरी शालीचा पत्ता नव्हता. वगळीची ही जागा गावापासून पैस लांब होती हे खरं, पण ह्या वेळेपर्यंत ती यायला पाहिजे होती. घरातनं जेवून निघाली असती तर आत्तापर्यंत येऊन पोहोचली असती. मग खुळं अजून काय करीत बसलं असंल? वगळीला वाट बघत बसायला सांगून ती काय घरात जेवत बसली असंल? आता काय करावं तरी काय ह्या शालीला? आयला! कुठं गडप झाली म्हणायची ही बाई?

जसं ऊन होईल तसं डोकं गरम होत चाललं, बरं, आता उठताही येत नव्हतं, वाट बघत बसून राहायला सांगितल्यावर उठायचं तरी कसं? येतो म्हणून न येणाऱ्यांपैकी ती नव्हती. एकदा येतो म्हटल्यावर येणार हे नक्की. उठून गेलो आणि ती आली तर चुकामूक होईल. मग पुन्हा असा दिवस केव्हा घडून येतो आणि कधी गाठ पडती हे काय सांगता येतंय? जागा सोडून उठायचं नाही; घोटाळा होईल, असं मनाशी म्हणून रगबा बसूनच राहिला. सगळीकडे डोळे लावूनच वाट बघत बसला.

दिवस कलला तरी शालीचा अजून पत्ता नव्हता. डोकं पार बिघडलं होतं. डोळ्यांपुढं नुसती शाली दिसत होती. आज वगळीत भेट होणार म्हणून रात्री झोप नव्हती. सबंध रात्र तळमळत काढली होती आणि असा घात करावा?

डोळ्यांपुढं ती दिसत होती. हिरवीगार आळसुंद्याची शेंग! नुसती ओठानं सोलावी. तीन ठिकाणी वाकवावी. रगबा सारखा सुस्कारा देत बसला होता. रताळं उकडल्यागत काळीज सगळं सोलून निघालं होतं. घात झाला होता. दिवस मावळायला गेला तरी ती आली नव्हती. मुंग्या येऊन पाय जड झाले होते. अखेर रगबा उठला. पाय झाडत उभा राहिला. त्या वगळीकडं बघून मनात येऊ लागलं – एक सोन्यासारखा दिवस फुकट, फुकट गेला. कशी पैस जागा होती! सबंध दिवसात कोण एक चिटपाखरू हिकडं फिरकलं नाही. आली असती तर काय दिवस गेला असता! अहा! दिवस कसा गेला असता कळलं नसतं. भवानीचं दोन्ही गाल जाग्यावर ठेवलं नसतं! नुसतं तोडून खाऊन टाकलं असतं! पण आता काय करायचं? बोलून येतंय?

चेहरा काळवंडून गेला होता. पायांत कसलं ते बळ राहिलं नव्हतं. कसातरी तो वगळीनं चालला होता. त्याचा हिरमोडच झाला होता. असं का व्हावं त्याला कळत नव्हतं. इतका तिच्यासाठी जीव टाकून तिनं असं का करावं? आजवर कधी असं फसवलं नव्हतं. मग आजच असं का केलं? तिची गाठ पडल्याशिवाय काही उलगडा होणार नव्हता. उद्या ती काहीतरी निमित्तानं रानात आली तर बरं, नाहीतर तिला कुठं गाठायची? घरात जाऊन गाठ घेता येईल; पण बोलणं कसं करायचं? सगळं कंत्राट बिघडून गेलं होतं. काय करावं हे सुचत नव्हतं. माथं भडकून गेलं होतं. घरी जाऊन भाकरी खायची सुद्धा काही शुद्ध राहिली नव्हती. दुपारी ती गडबड होती म्हणून भाकरी खायची सुचली नव्हती. आता काही कशाची गडबड नव्हती; पण डोकं ठिकाणावर नव्हतं आणि पोटाची शुद्ध नव्हती. मळा आला आणि घरी न जाता रगबा आपल्या मळ्यात बसून राहिला. घरी गेलं तरी वस्तीला पुन्हा त्याला मळ्याकडं यावंच लागणार होतं. तेवढा हुरूप अंगात राहिला नव्हता. जा-जा आणि ये-ये कशाला करायचं; म्हणून तो निवांत आपल्या खोपीत बसून राहिला.

दिवसभर बैलांनाही एकादस घडली होती. जनावरं बिचारी तळतळत होती. त्यांच्या दावणीत जरा वैरण टाकून रगबा विचार करत बसला होता – हे असं कसं घडलं? काय झालं असंल?

कडुसं पडलं तरी रगबाचं डोकं ठिकाणावर आलं नव्हतं. बसल्या जागेसनं तो हलायला तयार नव्हता. अंधार पडला तरी नुसता बसूनच राहिला होता. तो असा मळ्यात बसून होता आणि त्याची आई वाट बघत घरात बसली होती. पोरगं सकाळीही भाकरी खायाला आलं नव्हतं. आणि दिवस मावळून कडुसं पडलं तरी

अजून त्याचा पत्ता नव्हता. बरं, कुणाकरवी सांगावाही धाडला नव्हता. पोटाची शुद्ध नाही ते पोरगं काय करत बसलंय काही कळत नव्हतं, म्हातारीला घोर लागून राहिला होता. आता वाट तरी किती बघायची?

वाट बघून बघून म्हातारी दमली आणि जीव राहवेना झाला. जेवणाची बुट्टी डोक्यावर घेतली आणि एका हातात कंदील घेऊन तीच मळ्याकडं निघाली. सपाट्यानं जाऊन तिनं मळा गाठला. बाबा खोपीच्या तोंडालाच बसून राहिला होता. त्यानं उठून डोक्यावरची बुट्टीही खाली उतरून घेतली नाही. समोर उभा राहून ती तोंडाकडं बघत राहिली.

रगबाचं चित्त आधी ठिकाणावर नव्हतं. कुणासंगं बोलावंसंच वाटत नव्हतं. सगळ्या गोष्टींचा वीट आल्यागत झाला होता. आणि बोकांडी बसल्यागत म्हातारी येऊन विचारू लागली, "सकाळीबी जेवायला आला न्हाईस. सांचंबी आला न्हाईस, काय वागणं म्हनायचं हे तुझं? असलं काय काम काढून बसलाईस बाबा?"

रगबानं वट्टात विचारलं, "तुला कुणी याला सांगितलं हुतं? तू का आलीस?"

"तू घरला आला न्हाईस. मग तुझी भाकरी घेऊन याला नगो?"

"काय तुला मी सांगावा धाडला होता?"

"ते काय न्हाई खरं," असं म्हणून तिनं विचारलं, "काय दिवसभर कराय लागलाईस बाबा?"

"राजव्हट्ट्यानं खेळत बसलोय!" असं रागानं सांगून तो म्हणाला, "रानात सत्रा कामं असत्यात. काय करतोस म्हणून इचारू ने. हितं काय खळत बसलोय काय मी?"

"ते काय न्हाई खरं."

"मग काय इचारतीस?" असं विचारून रगबा म्हणाला, "आधी डोळ्यांकंडं तुजं वांद हाय. राती-आपराती आपुन कशाला याचं रानात? काय झालं-सवरलं तर कोन निस्तरनार?"

"व्हय की."

"व्हय की काय? माझं डोस्कं उठवायला आता हितं बसू नगोस! आदीच अंधार पडलाय. आदी कंदील घे आणि घरला जा बघू."

"तू भाकरी तरी खा."

"मी खाईन नाईतर ऱ्हाईन! ते घेऊन तुला काय करायचं? आधी तू घर गाठ बघू."

डोळे भरून म्हातारीनं आपल्या लेकाकडं बघितलं. तोंडावर राव नव्हता. चेहरा काळाठिक्कर पडला होता. डोळे खोल गेलेले दिसत होते. न राहवून ती म्हणाली, "बाबा, लई जिवाला तसदी घेऊन काम करत जाऊ नगोस. पेटीव त्या कामाला.

नीट दोन येळंला पोटाला तरी खात जा आणि जेवढं हातनं हुईल तेवढंच करत जा बाबा. मस्त देवानं दिलंय. येवडं पोटाला न खाता राबायचं काय कारान हाय?''

रगबा रागानं तोंडाकडं बघत म्हणाला, ''आता गप उठतीस का ,मला उपदेश देत हितंच बसतीस?''

''बसू कशाला बाबा?''

''मग ऊट बगू.''

हातात कंदील घेऊन ती उठून उभी राहिली. डोळ्यांत पाणीच भरलं. गप जायाचं सोडून लेकाच्या तोंडावरनं हात फिरवत ती म्हणाली, ''तुझा बा असता तर तुझं हे काम बघून हरकून ढ्यान झाला असता. काय माझं पोरगं राबतंय, म्हणून जगाला सगळ्या सांगत बसला असता. काय करायचं?''

पदरानं डोळे पुसत म्हातारी निघून गेली आणि रगबा भाकरीच्या बुट्टीकडं बघत बसून राहिला. उठून चूळ भरावी आणि जेवायला बसावं असं काही वाटेना झालं. अर्धीकोर भाकरी पोटात गेली असती, पण तीही म्हातारीच्या बोलण्यानं नकोशी झाली. आधी एक डोक्याला ताप झाला होता, त्यात हा वात होऊन बसला. नको ती आठवण करून देऊन गेली. काय कारण होतं? आपली वेळच बरोबर नाही असं त्याला वाटू लागलं आणि पुन्हा डोक्यात चक्र फिरू लागलं... का आली नसंल? संबंध दिवस खुळ्यागत वाट बघितली. असं का केलं ह्या शालीनं?

कशाची झोप आणि कशाचं काय! रात्रभर डोळे उघडे ठेवून रगबा विचार करत पडला. डोळाच झाकेना झाला. झोपच उडाल्यागत झाली. डोळ्यांपुढं शालीशिवाय दुसरं काही दिसत नव्हतं. खूळ लागण्यासारखी होतीच तशी. ऐन विशीतली पोरगी. नुसती एक फटाकडी होती! आणि देखणी तरी अशी का बास! बोलायची सोय नाही! देखते रहिना! नुसतं बघत राहावं! ओतीव काम होतं ओतीव! सगळं जिथल्या तिथं आणि जसं पाहिजे तसं. माणसाला काय लागतं हे ओळखूनच जणू देवानं तिला घडवलं होतं. कुठल्या एका भागात चूक काढता येत नव्हती. चूक काढायला बसलं तरी सापडणार नाही अशी! रंग तर असा होता की काय सांगावं? केवड्याचं कणीस तिच्यापुढं झक मारत होतं! कशाचा केवडा आणि कशाची हळद! तिच्यापुढं सगळं डावं होतं. हिरव्या पातळात अशी दिसत होती की खुडून गपकन तोंडाला लावावी!

काय करायचं? तिचं रूप सारखं डोळ्यांपुढं येऊन उभं राहत होतं. डोळा झाकला तरी समोरनं हलत नव्हतं. नुसतं तिचं रूप डोळ्यांपुढं खेळवत पडावंसं वाटत होतं.

रगबा रात्रभर तळमळत होता. डोळ्यांची आग आग होत होती. डोकं खलास झालं होतं. ध्याई सगळी पेटून गेली होती. सकाळ झाली. उठणं भाग पडलं.

एकाला दोन रात्री त्याला झोप नव्हती. थकवा आल्यागत झाला होता. सबंध दिवसभर पोटात अन्न नव्हतं. डोळ्यांपुढं सगळं फिरल्यागत वाटत होतं. नुसतं गरागरा फिरत होतं. तसंच उठून त्यानं चूळ भरली, कशीबशी थोडी भाकरी खाल्ली आणि काही काम सुचेनासं होऊन खाली-वर घोंगडं घालून तो पुन्हा खोपीत गप्प पडून राहिला. दोन रात्रींची जाग्रणं झाली होती. पडल्या पडल्या डोळा लागला.

दुपार झाली तरी तो उठला नाही. आणि एकाएकी शब्द कानावर आला – ''अजून का निजलाय हो?''

झऱ्याचं पाणी खळाळावं तसा मंजुळ आवाज! झुळुझुळु नुसता एक झराच वाहत आला होता! कोण बोललं म्हणून तोंडावरचं पांघरूण काढून बघतोय, तर अप्सरा येऊन समोर उभी राहिली होती. डोळ्याला डोळा लावून तो बोलला, ''शाली?''

''जी.''

''जी काय भवाने?''

ती लाजून गेली. तोंड फिरवून हसली. हसली कसली? पाखरंच बोलली.

उठून बसत त्याने विचारलं, ''काल वाट बघून जीव गेला माझा!''

''जीव गेला आणि मग कंठ कसा फुटलाय?''

''तुला बघून गं! खरंच सांगतो शाले, लई आबदा उडाली काल.''

गोड हसून ती म्हणाली, ''म्हणून आलो न्हवं आज भेटायला? आता बघून बरं वाटलं?''

''लांबनं काय इचारतीस? ये जवळ... ये की शालीऽऽ! ए खुळे...''

''खूळ लागलंय का? ...असं हो का?''

''आता काय खूळ लागायची आणि बाकी ऱ्हायलिया? ये गंऽ!''

''कुणी बगितलं तर काय म्हंतील?''

बोलवावं तशी ती लांबच सरकू लागली आणि ध्याईचा सगळा हावळा उडाला. काय करावं सुचेनासं झालं. डोळे वटारून बघत तो म्हणाला, ''जवळ येतीस का आता उठू?''

ती लाजली. एक मुरका मारून म्हणाली, ''जरा दम निघंना झालाय?''

''आता किती दम खाऊ?''

''जरा थांबा की.''

''जरा किती?''

हनुवटीवर एक बोट टेकवून आपल्या भुवया उडवत ती म्हणाली, ''येवढं

धुणं धुते.''

''तुझं धुणं ठेव बाई. हो तर मी धुणं धुईन म्हणं मागनं.''

''आता काय करू?'' असं म्हणून तिनं सांगितलं, ''जरा थांब माझ्या राजा! हिरीत जाऊन एवढं बुचकळून काढते.''

''तवर काय जप करत बसू तुझ्या नावाचा?''

''तुमी असं करा,'' असं म्हणून हळू आवाजात तिनं सांगितलं, ''तुमी वाटंनं चालायला लागा. शिव्याचा ऊस आला म्हंजे पान खायाचं निमित्त करून तिथं खाली बसा. मी येताना दिसले म्हंजे उठून आत शिरा. ''

''तू फडात येतीस?''

''मग कशाला सांगायला लागलेय तर हे?''

''कालच्यागत न्हाई न्हवं?''

''असं तरी का बोलतासा हो?'' असं म्हणून ती झटक्यासरशी पुढं झाली आणि पटकन तोंडाचा मुका घेऊन बाहेर पडली. रगबा ठार झाला.

ती विहिरीत उतरायचा अवकाश, त्यानं जाऊन ऊसाचा फड गाठला. पान खात बसून राहिला. तंबाकूचा रस थुंकायचा तो चुकून पोटात जाऊ लागला. तोवर ती येताना दिसली. डोळ्यांच्या खुणा पटल्या आणि रगबा फडात शिरला. पाठोपाठ तीही आत शिरली.

अंगाला अंग भिडलं. दोन जीव एक झाले. दोन देह असून एकच दिसू लागला. आणि तोंडाजवळ तोंड नेत तो म्हणाला, ''कालचा वजावटा आज काडतो बघ!''

ती विव्हळल्यागत बोलली, ''अहो अहो, काय करायचं ते करा, पर मला जित्ती ठेवा म्हंजे झालं!''

''शाले!''

''गप बसा की!''

''तुला आता कुणीकडं खाऊ गं?''

''आता काय करू तुम्हाला?''

... दिवस कलायला रगबा खोपीवर आला. मन शांत झालं होतं. जिवाला आनंद वाटत होता. आसरा मिळाला होता. आता रोज फडात जाऊन पडायला हरकत नव्हती. काल सगळं भकास वाटत होतं ते आज कसं झकास दिसू लागलं. आपल्या धावेवर बसून तो आनंद लुटत होता. येवढ्यात वगळीनं पाटलाचा केरबा येताना दिसला. रगबानंच त्याला हाक मारली. ''ये. पान खा. ये,'' म्हणून त्याला बोलावलं. तोही जवळ येऊन बसला. आणि त्याच्या हातात चंची देत रगबानं

विचारलं, ''हिकडं कुणीकडं गेल्तास?''

केरबा जरा गडबडल्यागत दिसला. मोघमच काहीतरी सांगू लागला. आणि रगबा खोदून खोदून विचारू लागला तसं सांगणं भाग पडलं. केरबा त्याचा दोस्तच होता. त्याला सांगितलं तर काय बिघडलं नव्हतं. आज ना उद्या त्याला कळलंच असतं, असा सगळा विचार करून केरबा एकवार खाकरला आणि हसून तोंडाकडं बघत म्हणाला, ''रगबा, आता तुला सांगाय हरकत न्हाई. आज दिवसभर वगळीला होतो.''

''ते का?''

''त्याची भालगड अशी झाली – काल अचानक एक लग्गा गावला!''

''कशाचा लग्गा? काय भानगड ही केरबा?''

''तेच सांगतो. ऐक की,'' असं म्हणून तो सांगू लागला, ''काल दोपारी रानाकडं निघालो, तर कोण भेटावं?''

''कोण भेटलं?''

''मर्दा, खोताची शाली भेटली! वगळीला जाताना दिसली.''

''वगळीला?''

''हां, वगळीला. आणि एकटी गा! म्हटलं, ही बया कुणीकडं निघालीया? जिकडं चुंबक तिकडं लोकांडं! मीबी निगालो की. तिची चापट सोडली न्हाई.''

''आणि मग?''

''काय इचारतोस? मागं बघत, फुडं बगत ती चालली होती. आयला हिच्या! म्हटलं, हिचं वगळीला आणि दुसरं काय काम असनार? मलाच घुलवत निघालीया म्हनालो आणि कोन न्हाई असं बघून एकदम धरला हात! न्हाई-व्हय, न्हाई-व्हय कराय लागली. पर एकदा गड्ड्याला हात घातल्यावर सोडतोय? दिवसभर सोडलीच न्हाई तिला. मर्दा, काय सांगायचं तुला... छे छे छे! माझ्यागत कोन भेटलंच न्हाई म्हणाली.'' आणि एवढं सांगून तो म्हणाला, ''पर बायलीनं आज फशीवलं. याला सांगून आज आलीच न्हाई की. दिवसभर वाट बघत बसलो हुतो बघ. आयला कुटं मेलीया आज कुणाला दक्कल!''

रगबाला काही बोलणंच सुचत नव्हतं. तो काहीच बोलेना झाला तसा केरबा उठला आणि ''बरं, जातो तर मग.'' असं म्हणून निघून गेला.

तो गेला आणि आग लागल्यागत झाली. एवढा जिवाला आनंद झाला होता – एवढं समाधान वाटलं होतं – ते सगळं त्या आगीत जळून, होरपळून खाक होत होतं. काळजानंच पेट घेतला होता.... नुसता भडका उडाला होता भडका!

□

अन्न

आज येऊन पैसे देतो असं तुका जांभळ्यानं कबूल केलं होतं. दोन लोकांचा हवालाही दिला होता; म्हणून गणपत मेस्त्री त्याची वाट बघत सोप्याला बसून होता. वायद्याप्रमाणं आला तर बरं, नाहीतर काय करायचं? आज देतो, उद्या देतो – असं म्हणत सहा महिने गेले होते. सारखी टोलवाटोलवी चालली होती. काय करतोय कळत नव्हतं. त्याचा विश्वासच राहिला नव्हता आणि जिवाला घोर लागल्यागत झाला होता. पण आशा सोडवत नव्हती. चार लोकांत कबूल केलं होतं; म्हणून कामावर न जाता मेस्त्री त्याची वाट बघत घरातच बसला होता. आज येऊन अलबत पैसे देतो असं म्हणाला खरं; पण आता सकाळी येतोय का दुपारी, हे काही सांगता येत नव्हतं. केव्हा येतोय आणि काय, हीच काळजी लागली होती. हाच विचार मनात सुरू होता. आणि एवढ्यात तुका जांभळेच दारात दिसला. जीव भांड्यात पडल्यागत झाला. तोंडावर हसू आणून मेस्त्री म्हणाला, ''या जांबळे.''

''आलो न्हवं बोलल्याप्रमाणं?'' असं म्हणत तुका आत येऊन खाली टेकला; आणि काय बोलावं मेस्त्रीला कळेना झालं. त्याला अपार आनंद झाला. आत बघून तो बायकोला म्हणाला, ''च्या कर गं एक-दोन कप.''

''कशाला मेस्त्री आता न्हाई ती तसदी घेता?''

''ह्यात तसदी कसली?''

''काय करायचा तर च्या आन् फी?'' असं म्हणत त्यानं चंची सोडली आणि पान-सुपारी न काढता चंचीतनं त्यानं नोटा बाहेर काढल्या. एकवार स्वत: मोजून त्यानं त्या मेस्त्रीच्या हातावर ठेवल्या आणि तोंडाकडं बघत तो म्हणाला, ''मोजून बगा.''

''त्यात काय मोजायचं?'' असं म्हणत त्यानं मोजून बघितल्या.

टक लावून बघत बसलेल्या तुकानं विचारलं, ''पन्नास हैत?''

"न्हाई- एकूनपन्नास!" असं म्हणून मेस्त्री गचके दिल्यागत हसला आणि लगेच उठून तो आत गेला. हळू आवाजात बायकोला म्हणाला, "झालं बाई वसूल सगळं!

"पन्नासच्या पन्नास दिलं?"

"दिलं बग."

... चहा घेऊन तुका निघून गेला आणि गणपत मेस्त्रीला घरात बसवेना झालं. एकदम पन्नास रुपये हातात आले होते. त्याला चैन पडेना झाली. तरातरा आत जाऊन तो बायकोला म्हणाला, "आता सायकल घेऊन हातकलंगड्याला जाऊन येतो."

तिनं विचारलं, "काय नडलंय?"

"अगं, वसूल न हुणारी बाकी वसूल झालीया."

"मग काय बेत आकलाय?"

"एक कोट टाकतो शिवायला."

त्याची बायकोही म्हणाली, "या जावा. करतो म्हणून होत न्हाई. हातासरशी यवडं करून टाका."

"व्हय. उगंच इच्चा तरी का मारायची? आलाय पैसा तवर शिवून टाकतो."

"टाका. दसराबी आलाय."

मेस्त्री हरखला. पुढं खोचलेल्या धोतराचा सोगा सोडून त्यानं उभ्या उभ्या निऱ्या केल्या, दुटांगी धोतर नेसलं, जाकीट अंगात अडकवलं आणि खुंटीवरची टोपी काढून डोक्यावर ठेवत तो म्हणाला, "जाऊन येतो गं."

"जेवायला मागारी या."

"तर! तितं काय आमच्या बाची खानावळ हाय काय?" असं म्हणतच त्यानं भिंतीला लावून ठेवलेली सायकल बाहेर काढली.

आणि हळूच दाराच्या तोंडाशी येत बायको म्हणाली, "हे बगा –"

"काय?"

"छापील पातळ एक चांगलं मिळालं तर घेऊन येतासा काय?"

"का? तुलाबी डोळं लागलं व्हय?"

"सस्तात मिळालं तर आणा की हो एक."

"पाचवारी घेऊन येऊ का?"

"मी काय साळंला जाणारी पोरगी हाय व्हय?"

"पोरगी न्हाईस तर मग का हुक्की आलीया पातळाची?"

"नेसाय नको?"

"आता उगडी बसलीयास म्हनं!"

"ऱ्हाऊ द्या! नका आणू!"

ख्यॅस मारल्यागत करून तो म्हणाला, "कदी न्हाई ते एक कोट टाकायला चाल्लोय, तर लागलं का लगीच पोटात चावाय?"

ती हसून म्हणाली, "तुमच्या कोटातनं काय ऱ्हायलं तर आणा."

"आणीन म्हणं," असं म्हणून त्यानं सायकलीवर टांग टाकली.

ती पुन्हा एकदा म्हणाली, "लवकर या हो मागारी."

सायकल दामटत मेस्त्री हातकणंगल्याला गेला. गेल्या गेल्या आधी एका हॉटेलात शिरून एक प्लेट मिरचीची भजी खाल्ली. हाहू करत चहा घोटला. दहा रुपयांची मोड केली आणि कापडाच्या दुकानात जाऊन तो कापड बघत बसला. त्याला भुलल्यागत झालं. बघावं ते कापड चांगलं होतं. हे घ्यावं का ते घ्यावं कळेना झालं. ह्यातच एक तास मोडला. अखेर एक कापड त्यानं पसंत केलं. तिथल्याच एका टेलरकडं माप देऊन शिवायलाही टाकलं. हे सगळं आटपायला जेवणवेळ झाली. वेळ न दवडता त्यानं पुन्हा सायकलीवर टांग मारली आणि तोंडानं शीळ घालतच तो आपल्या गावाकडं निघाला.

मेस्त्री मोठ्या खुषीत होता. एक रकमेनं पन्नास रुपये आज वसूल झाले होते. खरं म्हणजे त्यानं त्या पैशाची आशाच सोडली होती. आजचा वायदा मोडला असता तर पुन्हा पैसे मागायला तो जाणार नव्हता. अक्कलखाती जमा करून गप बसायचं ठरवलं होतं. लॉटरीच लागल्यागत झाली होती. त्यात नवा कोट शिवायला टाकला होता. मन आनंदून गेलं होतं. नवी विहीर खोदताना झरा लागावा तसा आनंद झाला होता. अंगाला झोले देत पायडल मारायचं काम चालू होतं. पोटात भूक खवळली होती. केव्हा घर गाठीन आणि जेवायला बशीन असं होऊन गेलं होतं. मनात आलं – कामावर न जाता आज घरात बसलोय. सुट्टीचा दिवस. त्यात आपल्या पायानं पैसा घरात चालत आला. बायकोनं काही-तरी चांगलंचुंगलं करून ठेवलं असंल. त्याच्या तोंडाला पाणी सुटू लागलं. चपात्या केल्या असतील. सांडगं-पापड तळलं असतील. आंबं पिळलं नसतील तर पेठेतनं चार आंबे तेवढे आणावेत आणि शिक्राण-चपाती खाऊन आज गडद दुपार सगळी ताणून द्यावी. ह्याच्याऽयला ह्याच्या! बोलने की बात नही! झकास दिवसभर लोळायचं. द्यायची ताणून...

अशा विचारातच पायडल मारत मेस्त्री आपल्या दारात आला. गडी सगळा

घामाघूम होऊन गेला होता. त्यानं सायकल भिंतीला उभी केली. गडबडीनं अंगातलं जाकीट काढून खुंटीला अडकवलं. सदराही काढला. आतला बदाम घामानं चिंब होऊन गेला होता, तोही काढून टाकला. नेसूच्या धोतरानंच पाठी-पोटावरचा घाम पुसला. परड्याच्या दाराला जाऊन हात-पाय गार पाण्यानं धुतलं आणि हातातला तांब्या खाली ठेवत त्यानं बायकोकडं बघितलं.

गुळाच्या गणपतीगत ती गप्पच होती. अंगाचा मुटका करून भिंतीला टेकून बसली होती. नजर वर करून तिनं बघितलंही नाही. त्यानंच तिच्याकडं रोखून बघितल्यागत केलं आणि आवाज चढवून विचारलं, "आता वाडतीस का अशीच बसतीस?"

"वाडतो की. येऊन बसा तर..."

"आणि कुटं येऊ? तुज्या म्होरं येऊन बसू काय?" त्यानं असं विचारलं आणि चपापल्यागत करून ती म्हणाली, "तसं न्हवं, हात-पाय तर धुवा."

"मग आत्ता काय धुतलं? जागी हैस का झोप लागलीया?" त्याला रागच आला.

रुसल्यागत तिनं बसून का राहावं हे त्यानं तत्काळ ओळखलं. एका शब्दानं तिनं त्याच्या कोटाची चौकशी केली नव्हती. कसलं कापड घेतलं, कुठं शिवायला टाकलं, असं जरा विचारलं असतं तर काय बिघडलं असतं? त्याच्या अंगाचा भडकाच झाला. कधी नाही ते एक कोट शिवायला टाकला, तर हिनं एवढं का रुसावं हेच त्याला कळत नव्हतं. डोळे वटारून तो नुसता बघत राहिला होता.

आणि खाली बघतच ती म्हणाली, "आता आणि उभं का? बसा की."

तो मांडी घालून खाली बसला. न बोलता नजर लावून बघत राहिला. तिनं गडबडीनं ताट ओढलं. शिंक्यावरची भाकरीची बुट्टी काढून खाली घेतली. मुक्यानंच खाली बघून ती ताट करू लागली. ताटात भाकरी बघूनच त्याचं पित्त खवळलं. दातांवर दात वाजवून त्यानं विचारलं, "काय काय जेवान करून ठेवलंयास बाई?"

"भाकरी केल्यात."

"उपकार केलंस!"

"सांडग्याचं खमंग कोरड्यास केलंय."

"नाव केलंस!"

काय बोलावं तिला कळेना झालं. ती येडबडून गेली.

आणि आवाज चढवून त्यानं विचारलं, "आणि काय केलंयस?"

"दुसरं काय न्हाई." ती अशी मठ्ठपणानं मान हलवत बोलली.

आणि पुन्हा दात खाऊन त्यानं विचारलं, "हे सांडग्याचं कोरड्यास कशाला केलंस गं?"

ती काय बोलणार? ती गप्पच बसली. आणि तोच म्हणाला, "मग ह्याच्या परास नुस्तं त्याल-चटणी वाडायची हुतीस गं!"

त्याचं अंग सगळं रागानं थरथरत होतं. भडका उडाल्यागत झाला होता. डोळ्याला पदर लावून ती हळू आवाजात म्हणाली, "चुकलं माझ्या हातानं."

"अगं, माज्याच हातनं चुकलं!" असं म्हणून तो तिच्या तोंडाकडं बघत राहिला आणि पुन्हा म्हणाला, "तुजं एक छापील पातळ न आणून चुकी झाली बाई."

"तसलं काय मनात आणू नका हो!"

"तर काय आणू?" असं विचारत तोच म्हणाला, "तुझं एक पातळ तेवडं आणतो म्हणालो असतो तर पंचपक्वान्नाचं जेवान करून वाट बघत बसली असतीस!"

ती मान हलवून बोलली, "न्हाई हो! ते माज्या मनातसुदिक न्हाई."

"मनात न्हाई तर मग नुसती भाकरी आणि एक कोरड्यासच का करून ठेवलंयस गं?"

"आजच्या रोज एवढं चालवून घ्या."

"काय चालवून घ्या?" असं म्हणतच तो उठला आणि दोन पावलं गेल्यागत करून तिथनंच म्हणाला, "आज जरा आमी घेतली हुती ह्ये म्हाईत नव्हतं?"

"हुतं की."

"मग जरा चपाती... ह्ये जरा करूने हुतीस?"

तिला घोटाळ्यात पडल्यागत झालं. ती कशीबशी बोलली, "केलंय तेवडं जेवून घ्या. मग सांगतो. "

"मग काय सांगतीस?" असं म्हणून एक हात कपाळावर बडवून घेत तो म्हणाला, "तू तर काय करशील? कोंच्या तरी जलमाचा शापच असंल गं मला ह्यो!"

"शाप कसला?"

"शाप न्हाई तर मग काय?" असं विचारून तोच म्हणाला, "जवा मनाला आनंद हुईल तवा असं कायतरी ह्ये रचून ठेवल्यालंच हाय! चुकत न्हाई बग!"

"असं हुतंयच त्येला मी तरी काय करू?"

"तू तरी काय करणार आणि मी तरी काय करणार बाई?"

तो बाहेरच्या सोप्यावर गेला, आणि पोराला बघून कपाळाची शीर आणि जरा उठली. त्याच्यावर ताव काढत त्यानं विचारलं, "शाळा बुडवून घरात का बसलाईस रे ठोंब्या?"

आवाज ऐकूनच पोरगं भ्यालं. लाटलाट कापत उभं राहिलं.

गापकन त्याची शेंडी धरून त्यानं पुन्हा विचारलं, ''का घरात बसलाईस?''

तोंड उघडून पोराला बोलता येईना झालं. भुईचे पाय पार अंतराळी झाले. तसं ते कसंबसं म्हणालं, ''आईच जाऊ नगो म्हणाली.''

त्यानं हातातली शेंडी सोडली आणि मागं वळून आत बघत तो म्हणाला, ''अशी घरातली शिकवणूक असल्यावर पोरगं काय शिकनार? काय शाळा रडणार काय ह्याच्या म्होरं?''

पोरगंही आत जाऊन आईच्या कुशीत शिरलं. मेस्त्रीच्या आवाजानं घरावरच्या खापऱ्या नुसत्या उडत होत्या. जरा कढ निवल्यागत झाला, तशी त्याची बायकोच उठून बाहेर आली. झाडाला वेल चिकटावी तशी दाराच्या चौकटीला बिलगून म्हणाली, ''भुक्यावून आला असशीला?''

''व्हय बाई! काय करायचं?''

''एक-दोन घास काय जाईल तेवढं घ्या खाऊन.''

''काय खातीस त्याच्याऽऽयला त्यच्या! रग्गड खाल्लं बग! जेवून प्वाट भरलं! किती जेवायचं? असं आपल्याशी म्हणून तो गप्प बसला. आणि पुन्हा उसळी आल्यागत झाली. मान वर करून तिच्या तोंडाकडं बघत तो सांगू लागला, ''तू चपात्या केल्या असशील, सांडगं-पापड तळलं असशील, असं म्हणत तितनं आलो की गं!''

''चुकलं की मग माजं.''

''आंबं मिळालं नसतील तर पेठेतनं चार आंबं आणावंत म्हणत हुतो. शिक्राण-चपाती खाऊन दिवसभर लोळायचा इचार केलावता की गं मी मनात! गाढाव ठरीवलंस बग मला!'' असं म्हणत तो बसूनच राहिला.

आता काय करावं हे तिला कळेना झालं. त्याचा रागच शांत होत नव्हता. भीत भीत तीच बोलली, ''असं करा–''

''कसं करू सांग.''

''पेठंत जाऊन तुमी आंबं घेऊन या.''

''आणि नुस्तं आंबं खाऊन पडू म्हनतीस काय?''

''ते का?'' असं म्हणून ती बोलली, ''तवर चपात्या करतो की.''

मान डोलावून तो म्हणाला, ''तू चपात्या कर. पेठंत जाऊन मी आंबं आणतो, शिक्राण करतो... सगळं करतो बग!'' असं म्हणून डोळे झाकूनच तो बसला आणि उसणल्यागत बोलू लागला, ''काय असंल ते असो, आनंद म्हणून घरात काय साजरा करता येत न्हाई. असला कसला शाप असंल?''

छाती करून तीच बोलली, ''उटा बगू आता.''

''काय करू बाई उठून?''

“आंबं घेऊन या. तवर चपाती करतो. त्येला किच्चा येळ लागतोय?”

तो तोंडाकडं बघत राहिला. ती खाली पायाकडं नजर लावून उभी राहिली. अखेर त्यालाच तिची कीव आली. एक उसासा टाकून तो बोलला, “तरी शानी हैस बग. झटक्यानं करशील बाई चपात्या?”

“करतो. घेऊन या.”

“आणू आंबं?”

“आणा की.”

“न्हवं, चपात्या तर चांगल्या करशील न्हवं? आज म्हूर्त वाईट लागलाय आणि जेवायला बसल्यावर ताप नको.”

“तुमी घेऊन या बघ–” असं म्हणून ती आत गेली. गडबडीनं पीठ, हे ते सगळं घेऊन ती चुलीपुढं बसली. चुलीवर तवा ठेवला आणि खाली बघून ती कणीक मळायला लागली. आतनं भडभडून येत होतं. अंगाला सगळ्या आग लागल्यागत झाली होती. पण काय करणार? चपात्या करून खायाला घालणं भागच होतं. टपाटपा डोळ्यांतनं थेंबच खाली पडू लागले. एवढ्यात पावलं वाजली तो आत येऊन म्हणाला, “बाई, सावकाश हू द्या. कसा झाला तरी आता येळ झालायच. चांगल्या चपात्या कर.”

“हं,” खाली बघतच ती बोलली, “चांगल्या करतो. काळजी करू नका. आंबं तेवडं घेऊन या बगू.”

खालच्या आवाजात तो म्हणाला, “तूच आपल्या मनानं करून ठेवलं असतंस तर आल्या आल्या नसतो जेवलो?” असं म्हणून त्यानं विचारलं, “किती आणू गं आंबं?”

“आणा आत्ताच्यापुरतं.”

“चांगलं असलं तर एक शेकडा आणतो की.”

“एवडं नका आणू.”

“काय बिगडतंय काय आणलं तर? चांगलं काय खाऊनेसच म्हणतीस जणू!”

असं म्हणतच तो बाहेर पडला.

तो गेला आणि तिला रडूच यायला लागलं. कामच सुचेना झालं. कणकेचा गोळा पाळपाटावरच ठेवून ती उठली. परड्याच्या दाराला जाऊन एक तांब्याभर हंड्यातलं पाणी घेतलं आणि खळाखळा तोंड धुतलं. पदरानं तोंड पुसून झाल्यावर ती पुन्हा चुलीपुढं येऊन बसली. चुलीत जाळ घातला आणि भराभरा ती चपात्या लाटू लागली. काळीजच किवचल्यागत होऊ लागलं. चपात्या आणि कशा होतात ही काळजी पडली. तोवर मेस्त्री आंबे घेऊन आला. भले शंभर आंबे त्यानं आणले.

आपल्या मनानंच त्यांतले पाच-सहा आंबे घेऊन आत आला आणि बायकोला म्हणाला, "पिळायला कायतरी दे बाई."

"पिळतो की मी."

"अगं, दे गं एक भगुलं. तू आणि काय पिळतीस?" असं म्हणून तो पाय पसरून बसला. बघत राहिलेल्या पोराच्या हातावर त्यानं एक आंबा ठेवला. तोंड लावून पोरगं आंबा चोखू लागलं आणि तो आंबे पिळत बसला.

चपात्या झाल्या आणि ती गडबडीनं म्हणाली, "आणा आंबं हिकडं."

"झाल्या चपात्या करून?"

"झाल्या की."

तो म्हणाला, "मग हे काम करण्यापरास तवर जरा सांडगं तरी तळ."

न बोलता ती उठली. मुकाट्यानंच आत माळीघरात गेली. डब्यातले सांडगे घेऊन पुन्हा स्वयंपाकघरात आली. पसाभर सांडगे तळले. शिक्रण तयार झालं. हात धुऊन तो जेवायला बसला. तिनं ताट वाढून पुढं ठेवलं. खाली बसून तो जेवू लागला; आणि तिला तिथं बसायचंच होईना झालं. किती आवरलं तरी डोळ्यांतनं पाणीच येऊ लागलं. सगळं पुढं मांडून ठेवावं आणि कशाचं तरी निमित्त काढून बाहेर जावं, तास-दोन तास गळा काढून रडावं, असं तिला वाटू लागलं. पण पुढनं हलता येईना झालं. जेवता जेवता राग आला तर आणि काय करायचं?... मनाला एक मुस्की घातल्यागत करून ती गप्पच बसून राहिली. वाढायचं तरी कुठलं सुचतंय? तोंडाकडं बघत तोच म्हणाला, "चपात्यावर काय कंटरूल बसलंय काय ग?"

"काय झालं?"

"अगं, हुतंय काय? ताटात चपाती दिसती काय तुला?"

चटकन उठून तिनं चपाती वाढली.

डोळे मोठे करून तो म्हणाला, "सांडगं कशाला तळून ठेवल्यात? कुटं प्रदर्शनात पाठवायचं हैत काय?"

तिनं सांडगे वाढले. तिला काही सुचतच नव्हतं.

त्याचं जेवण झालं. हात धुऊन तो बाहेर सोप्याला गेला. हातात एक अडकित्ता घेऊन सुपारी कातरत बसला. आतलं सगळं गडबडीनं आवरून ती बाहेर आली, दाराच्या चौकटीजवळ उभी राहून म्हणाली, "आता रेंदाळला जायला मोटार गावंल?" बोलता बोलताच तिला हुंदका आला.

त्यानं विचारलं, "काय?"

ती मटकन खाली बसली आणि हुंदके देत म्हणाली, "हातकलंगड्याला गेला आणि सांगावा घेऊन म्हार आला."

त्यानं गडबडीनं विचारलं, ''अगं, काय म्हंतीस काय?''

दोन्ही हातांनी डोळ्यांना पदर लावून रडता रडता ती म्हणाली, ''तुमचा सासरा गेला की हो!''

''अगं, मग आल्या आल्या आदीच का न्हाई बोल्लीस?''

ती कशीबशी म्हणाली, ''आदीच कशी बोलू? तुमी आणि जेवला नसता. अन्नाच्या येळंला बोलू ने असं म्हंत्यात.''

''आईचं अन्न!''असं म्हणून एक हात कपाळाला लावून तो मान हलवतच बसून राहिला. खाल्लेलं सगळं अन्न त्याच्या पोटात ढवळू लागलं.

❑

एक जोरदार कार्यकर्ता

शिवाजीराव काकडे हे एक तरुण उत्साही कार्यकर्ते होते. प्रतिकूल परिस्थितीशी झगडून ते चांगले पुढं आले होते. अंगच्या चिकाटीमुळे प्रसंगी अर्धपोटी राहूनही त्यांनी शिक्षण घेतलं होतं. नोकरी करीत करीत ते बी.ए. झाले होते. एक पदवी पदरात पडल्यावर लगेच ते एल.एल.बी.च्या मागं लागले. ही कायद्याची पदवीही त्यांनी पदरात पाडून घेतली; आणि वकिली करताकरता समाजकार्याला त्यांनी स्वत:ला वाहून घेतलं. त्यांचा पिंडच समाजसेवेचा होता. शिवाय भाषणांची आवड होती. चार-दोन वर्षांत ते चांगले नावारूपाला आहे. तरुण मंडळ, गणेशोत्सव, दुष्काळ समिती यांचे ते अध्यक्ष झाले. एक-एक क्षेत्र बघताबघता ते काबीज करू लागले. अल्पावधीत ते जिल्हा परिषदेवर निवडून गेले आणि शिक्षण समितीचे चेअरमन झाले.

चेअरमन झाल्यावर तर त्यांचा उत्साह वाढला. शिक्षण क्षेत्रात काही भरीव कामगिरी केली पाहिजे या कल्पनेनं ते झपाटले. आपल्या जिल्ह्यातील शैक्षणिक विकास हा एकच ध्यास त्यांना लागला आणि अहोरात्र ते झटू लागले. मुलांच्या शाळा किती, मुलींच्या शाळा किती, एकशिक्षकी शाळा किती यांचे आकडे त्यांनी तोंडपाठ केले. त्यांचे नकाशे काढून ते आपल्या घरातल्या भिंतीवर टांगले. सदैव डोळ्यांपुढं त्या शाळा, शिक्षण, शिक्षक, शिक्षिका हेच चित्र दिसू लागलं. डोळ्यांपुढं हे नकाशे ठेवून दर आठवड्याला ते दौऱ्यावर जाऊ लागले. एकेक तालुका पालथा घालत सुटले. जिल्ह्याचे शिक्षणाधिकारीसुद्धा जिथं कधी गेले नव्हते तिथं जाऊ लागले. प्रत्येक शाळा मी डोळ्यांनी बघणार, हा त्यांनी चंगच बांधला. विशेषत: आडवळणी गावाला ते मुद्दाम भेट द्यायचे. एकशिक्षकी शाळांची हालत फार वाईट होती. अशा शाळांना तर ते आवर्जून भेटी द्यायचे. शिवाजीराव काकडे अगदी झपाटून गेले होते.

या शिवाजीरावांना एक दिवस एक निनावी पत्र आलं. अमुक अमुक गावात गेले दोन महिने शिक्षकच नाहीत असं त्यांना कळलं. आपल्याला मिळालेली ही वार्ता त्यांनी शिक्षणाधिकाऱ्यांनाही कळू दिली नाही. ही गुप्त बातमी स्वत:जवळच ठेवली आणि जातीनं चौकशी करायला ते स्वत: निघाले. गाव आडवळणी होतं, रस्ते धड नव्हते; पण त्यांनी या असल्या गोष्टींची पर्वा केली नाही. एका भल्या सकाळी जीप घेतली आणि ड्रायव्हरला म्हणाले, "चलो."

ड्रायव्हर बिचारा जिल्हा परिषदेचा नोकर. 'चलो' म्हटल्यावर निघाला. गावाचं नाव सांगितल्यावर मात्र तोही हबकला. तो म्हणाला, "साहेब, रस्ता न्हाई त्या गावाला."

"अरे, इच्छा तिथं मार्ग असलाच पाहिजे."

"पर न्हाई की साब मार्ग."

"जीप जाईल तिथवर ने. पुढं चालत जाऊ."

तो म्हणाला, "सा मैल चालत जावं लागेल बघा."

"चालत तर जाता येईल ना?"

"ईल; पर तानपट निघंल हो! सा मैल जायाचं, सा मैल याचं म्हणजे काय थोडं झालं?"

"अरे, मी सातवीच्या वर्गात असताना रोज सहा मैल जात होतो आणि सहा मैल चालत येत होतो."

साहेब असं बोलल्यावर तो काय बोलणार? थोडा वेळ गेल्यावर मात्र तो म्हणाला, "माझ्या हयातीत तर कोण एओ या शाळेला भेट द्याला गेलं न्हाईत बघा."

"अरे, ते नोकरदार! मी कार्यकर्ता आहे. फरक असतो यात बाबा. ते पोटासाठी नोकरी करतात. मला समाजासाठी, देशासाठी काही करायचं आहे."

यानंतर ड्रायव्हरनं आपलं तोंड एकदम बंद केलं. तोंडाला कुलूपच घातलं. काय करणार? बोलून काही उपयोगच नव्हता. मुकाट्यानं गाडी चालवू लागला. ज्या गावाला भेट द्यायची होती ते गाव जिल्ह्याच्या एका टोकाला होतं. भर बारा वाजता एका रस्त्यावर जीप उभी करून ड्रायव्हर म्हणाला,

"साएब, आता हितनं या पायवाटंनं जावं लागंल बघा."

"जाऊ चला."

जीप रस्त्याच्या एका बाजूला उभी करून साहेब आणि ड्रायव्हर, दोघंही त्या पायवाटेला लागले. भर उन्हाचे निघाले. शिवाजीरावांना मात्र ऊन जाणवत नव्हतं. अंगीकारलेल्या कार्यानं ते भारावले होते. केव्हा जाऊ आणि शाळेला भेट देऊ असं त्यांना झालं होतं. ते अगदी झपाट्यानं चालत होते. नोकरदार ड्रायव्हर मात्र

मेटाकुटीला आला होता. सदा गाडीवर बसणारा माणूस. त्याला चालण्याची सवयच नव्हती. ते पेकाळून गेलं. त्याचे साहेबच म्हणाले, "समोर दिसतं तेच गाव वाटतं?"

"तेच असलं तर बरं होईल."

"का रे?"

"उनाची वरात नको!"

जवळ आलं ते वेगळंच गाव होतं. खरं गाव अजून त्याच्या पुढं होतं. लोकांनी सांगितलेल्या खाणाखुणा लक्षात घेऊन ते रान तुडवू लागले. बरंच चालून गेल्यावर काही घरं दिसली. गाव जवळ आलं. एक म्हातारा झाडाच्या सावलीखाली बसला होता.

शिवाजीरावांनी त्याला विचारलं, "कंजाळवाडी हीच का?"

"मग आणि दुसरी कोंची असनार?"

त्यानंच उलटा सवाल करून विचारलं, "कोन, देवी डाक्टर काय?"

"नाही, नाही."

"मग कोन – कुटुंबनियोजनाचं...?"

"नाही. आम्ही शाळा बघायला आलोय."

"ती बघा जावा. मग काय न्हाई."

"का?"

"कुटुंबनियोजनाचं कोन जाऊ नका. आता ठोकतीलच!"

"का हो, काय झालं?" असं विचारून शिवाजीराव काकडे त्यांच्याकडं बघत उभे राहिले. दोन शिव्या हसडून म्हातारा बोलला, "काय कसलं कुलूप घालून घेतल्यावर रगात व्हाऊन आमच्या दोन बाया गेल्या की. आता कुटं कोन तोंड दावत्यात?" असं म्हणून तो उठला आणि शेरडामागं निघाला.

दोनच्या सुमाराला शिवाजीराव शाळेवर गेले. शाळा कसली? ते भैरोबाचं देऊळ होतं. वीस-पंचवीस पोरं त्या आवारात खेळत होती. वलावला बोलत होती. दर शब्दाला एक शिवी तोंडातून बाहेर येत होती. शिवाजीराव गेल्या गेल्या सगळी पोरं त्यांच्या भोवताली उभी राहिली.

शिवाजीरावांनी विचारलं, "बाळांनो, तुमचे गुरूजी कुठं आहेत?"

"हैत? कुठं?" असं एका पोरानं त्यांनाच विचारलं.

"नाहीत?"

"कुठं हैत तर?"

"किती दिवस नाहीत?"

"लई दिस झालं - न्हाईतच."

“गेलेत कुठं?”

ती मुलं काय सांगणार? ती त्यांच्या तोंडाकडं बघत राहिली. मग त्यांनी दुसरा प्रश्न केला, “नाव काय तुमच्या गुरुजींचं?”

“गुरुजीच की.”

“अरे, गुरुजी हे खरं, पण नाव काय त्यांचं?”

“काय कवा सांगतलं न्हाई बाबा,” असं एक-दोघं बोलले. एवढ्यात गावचे पाटील आणि दोघं-तिघं लोक गोळा झाले. रामराम घालून पाटील म्हणाले, “मी गावचा पाटील.

“पाटील, नाव काय इथल्या गुरुजींचं?”

“काय आमालाबी ठाऊक न्हाई हो. काय, रिपोट करता?”

“होय, करायलाच पाहिजे. त्यांचं नाव कसं ठाऊक नाही तुम्हाला?”

पाटील म्हणाले, “ते असत्यात कुठं हितं, तवा ठाऊक असंल?”

दुसरा बोलला, “एकदा हजर होऊन गेलाय त्यालाबी आता कायतरी दोन म्हैनं होऊन गेलं असतील. त्यांचा पत्त्याच न्हाई हो.”

“मग तुम्ही कसे गप्प बसलात?”

“आमी केल्यात रिपोट.”

“कुणाकडं?”

“सभापतीकडं चार अर्ज धाडल्यात बघा.” असं म्हणून ते म्हणाले, “कोण आमची दाद घेतोय?”

दुसरा एकजण म्हणाला, “अर्ज केले तरी पडत्यात धूळ खात!”

सात्त्विक संतापानं शिवाजीराव म्हणाले, “मी शिक्षण समितीचा चेअरमन आहे. माझ्याकडं आलेला एकही अर्ज असा धूळ खात पडलेला नाही.”

“मग साहेब, एवडं बगा आमच्या शाळेकडं जरा.”

“त्याशिवाय का मी तंगड्या तोडत इथवर आलोय? बघतोच आता. गेल्या गेल्या पहिलं काम हेच?”

पाटील म्हणाले, “कोण गुरुजीच चांगला भेटंना बगा.”

“हे असले गुरुजी मी आता खात्यात ठेवणारच नाही. तांदळातले खडे काढून टाकावेत तसे एकेक वेचून बाजूला करणार आहे.”

हे ऐकून गावकऱ्यांनी धन्यवाद दिले. धन्यवाद घेऊन शिवाजीराव जिल्ह्याला परत आले. आल्या आल्या जिल्हा परिषदेच्या कार्यालयात जाऊन त्यांनी आधी ही चौकशी सुरू केली –

“कंजाळवाडीच्या एकशिक्षकी शाळेवर कोण शिक्षक आहे?”

शिक्षणाधिकाऱ्यांनी एक फाईल मागवली. ती येईतोवर शिवाजीरावांनी सगळी

हकिगत सांगितली. ते ऐकत असतानाच शेजारी बसलेले सभापती म्हणाले, ''तिथं कोण शिक्षक आहे होय? हे काय बसल्यात हितं.''

सभापतींना लागून जो माणूस गांधी टोपी घालून बसला होता तो लगेच हात जोडून म्हणाला, ''मीच आहे तिथं.''

मी तुमच्या गैरहजेरीचा रिपोर्ट करून त्यावर ॲक्शन घेणार आहे.

सभापती बोलले, ''अहो ॲक्शन घेणारे! कुठं हाय तुम्ही? आमच्या भागातले हे एक जोरदार कार्यकर्ते हैत. ते काय नुसते गुरुजी न्हाईत. काय ॲक्शनबिक्शन घेऊ नका. उद्या आम्ही निवडून कसं येणार? ती शाळा गेली खड्ड्यात! आधी आपलं बघा!''

शिवाजीरावांची ॲक्शन तिथंच संपली.

□

धन्य धन्य हा नरदेहो!

कथाकथनाच्या निमित्तानं परवा मी इचलकरंजीला गेलो होतो. तिथल्या एका सूतगिरणीनं हा कार्यक्रम आयोजित केला होता. तिथल्याच गेस्ट हाऊसमध्ये आम्ही उतरलो होतो. कार्यक्रम रात्री होता. दुपारचं जेवण करून आम्ही सगळे गप्पा मारत आराम करीत होतो. साहित्यिक गप्पा रंगल्या होत्या. माझं मात्र त्यात फारसं लक्ष नव्हतं. मनच तिथं नव्हतं. तिथून अवघ्या अडीच-तीन मैलांवर असलेल्या एका खेड्यात ते जाऊन फिरत होतं. मनानं मी त्या खेड्यात गेलो होतो. अनेक जुन्या आठवणी मला येत होत्या. माझं सगळं बालपणच तिथं गेलं होतं. लहानाचा मोठा तिथं झालो होतो; पण गेल्या पस्तीस वर्षांत पुन्हा त्या गावी जाण्याचा मला कधी योगच आला नव्हता. माझ्या वडील बंधूंची तिथली पाटीलकी गेली आणि आम्ही ते गाव सोडलं. नाळ तुटल्यावर सगळा संबंध संपावा तसं झालं. पुन्हा कसलं नातंच जोडलं गेलं नाही. आठवणींचा दुवा तेवढा अतूट राहिला होता. तळ ढवळल्यावर बुडबुडे यावेत तशा अनेक आठवणी येत होत्या. काही गोड, काही आंबट, काही तुरट. अनेक माणसं आठवत होती. अनेक प्रसंगही डोळ्यांपुढे येत होते. त्यांतच मी दंग होतो. गप्पागोष्टींत फारसं लक्ष नव्हतं. इतक्यात कुणीतरी दारावर टकटक केली. आमच्यापैकी कुणीतरी म्हणालं,

"दार उघडंच आहे. लोटा."

एक व्यक्ती दबकतच आत आली आणि चौकस नजरेनं माझ्याकडं पाहत हसत म्हणाली, "मला वळीकलं काय?"

मला काही ओळख लागली नाही; पण स्पष्ट तसं न सांगता मी म्हणालो; "कुठंतरी पाहिल्यासारखं वाटतं."

"कुठं?"

"नेमकं आठवत नाही," असं म्हणून मी त्या चेहेऱ्याची आठवणीशी सांगड

घालण्याला प्रयत्न करू लागलो. आणि एकदम माझ्या खांद्यावर आपला हात दाबून ती व्यक्ती बोलली,

"एकदा जांभळं खाऊन वाकला होता, आटीवतं का? ... त्या शेरीच्या मळ्यातली बघा."

"म्हणजे... राजा वडगावे?"

"तोच मी."

"बसा, बसा ना. किती दिवसांनी भेट झाली नाही?"

तो म्हणाला, "च्याला घेऊन जायाला आलोय."

"चहाला?"

"व्हय. आई म्हणाली, घेऊनच या. मोटारसायकलीनं आत्ता जाऊन येऊ एक तासाभरात."

मग वेळ न घालवता मी लगेच उठलो. चूळ भरली आणि कपडे करून म्हणालो, "इथून तीन मैल आहे ना गाव?"

"आपुन मळ्यावर जायचं आमच्या हितं. मैल-दीड मैलावर हाय मळा. वस्ती मळ्यावरच हाय आता. गावात कोण नसतं."

घड्याळाकडं पाहून म्हणालो, "सहापर्यंत येऊ ना?"

"तीनदा जाऊन येता येईल की हो! त्याला काय?"

"चला तर मग," असं म्हणून मी बाहेर पडलो. बोलत बोलत मोटारसायकलकडे आलो. किक मारून त्यानं सुरू केली. मागं बसत मी हसत म्हणालो, "बेतानं हं."

"अगदी बिनघोरी बसा. फुलागत न्हेतो," असं बोलून तो हसत म्हणाला, "म्हंजे अजून तुमचा भित्रेपना गेला न्हाई म्हणा की!"

मीही हसलो. लहानपणी मी फार भित्रा होतो याची आठवण झाली. कधी झाडावर चढलो नाही, कधी सूरपारंब्या खेळलो नाही. पोहत होतो, पण कधी पाण्यात उडी मारली नाही. एकदा विरोळा पाहून विहिरीत न उतरता तसाच घरी आलो होतो. या अशा कितीतरी गोष्टींची आठवण झाली. चिंचा, आंबे, जांभळं ही सगळी मी नेहमी माझ्या सदऱ्याच्या ओट्यात झेलली. स्वत: कधी झाडावर चढून पाय-हात मोडून घेतला नाही. हाच राजा वडगावे माझ्यासाठी एकदा जांभळीवरून पडला होता, आणि माझाच हात मोडल्यासारखा मी रडत घरी पळत गेलो होतो. असं हे बालपण एकदम माझ्या सामोरं आल्यासारखा झालं. ज्या वाटेनं मी निघालो होतो ती मला त्या माझ्या बालपणाकडं घेऊन चालली होती. मी मूक होऊन बघत होतो. मध्येच त्यानं विचारलं, "आता पुण्यालाच असता व्हय?"

"होय."

"काय मग बंगलाबिंगला झाला का न्हाई?"

"छे! कसला बंगला आणि काय!"

"का? बांधायचा एक. सिनेमात दाबून मिळत असंल की!"

मला या बोलण्यात रस नव्हता. गाव समोर दिसू लागलं होतं. माझे डोळे सगळे तिकडंच लागले होते. माझी नजर एका दुमजली वाड्याला शोधत होती. मला तो दिसल्यासारखा झाला. बोट दाखवून मी विचारलं, "तोच का आमचा वाडा?"

"त्या उंच झाडाजवळचा न्हवं?"

"होय."

"तोच की तुमचा."

खरं म्हणजे आता तो आमचा कुठला? जेव्हा पाटीलकी गेली तेव्हाच तो गेला. आता तो आपला नव्हता; पण त्याचं आपलेपण गेलं नव्हतं. तो दिसताच तिथल्या अनेक आठवणी मनात जाग्या झाल्या. तो आपला नव्हता तरी कसा? आपलाच... तिथल्या भल्या मोठ्या परड्यात किती फुलझाडं मी लावली होती! तिथल्या त्या साठ हात खोल आडातून किती पाणी मी शेंदलं होतं! तो रहाटाचा आवाज अजून माझ्या कानांत तसाच आहे. गड गड गड करीत घागर कशी खाली जायची! वर आलेल्या घागरीला पुढं झुकून मी हात घालताना वहिनी कशी डोळे वटारून मला धाक घालायची! "हां! भाऊजी, मी त्यांना सांगेन!" गौरीच्या दिवसांत माझ्या त्या परड्यातल्या फुलझाडांवर पोरी कशा जीव टाकायच्या! तो चाफा असेल का अजून? तो लालेलाल गुलबस, तो मोगरा आणि तो मदनबाण? एकदा मी थोड्या जागेत बटाटाही लावला होता. बटाटे लागलेत का हे पाहण्यासाठी मी रोज जमीन उकरायचा. त्यासाठी अण्णांची एकदा बोलणीही खाल्ली होती... आणि ती माडी! किती हैदोस घातला तिथं! त्या आंब्याच्या आढ्या. आंब्याच्या दिवसांत रोज सकाळी मी हारा घेऊनच बसायचा. आणि सणावारांचे ते उत्सव... वाजतगाजत गणपती यायचा. किती फटाके! आणि ते बाण? नको ती आठवण! त्याची खूण अजून माझ्या हातावर आहे. बाण चांगले उडावेत म्हणून चुलीवर नेऊन ठेवले होते. याच वाड्यातली ती गोष्ट. बाप रे! काय भयंकर तो प्रसंग!

एवढ्यात राजा म्हणाला, "आला बघा मळा."

रस्ता सोडून थोडे आम्ही आत गेलो आणि एका टुमदार वस्तीपुढं जाऊन गाडी उभी राहिली. मी खाली उतरलो. त्याची ती वस्ती, मळा आणि भोवताली सगळी हिरवळ बघून मन भरून आलं. तृप्त डोळ्यांनी मी बघत उभा होतो. एवढ्यात त्याची आई बाहेर आली आणि सुरकुतल्या हातांच्या मुठी माझ्या दोन्ही कानशिलांवर ठेवून 'अगतीनं आला गं ऽऽबाई भेटायला' असं म्हणून अलबेला घेतला. तोंड कुरवाळलं. पाची बोटांनी माझी हनुवटी ओढल्यागत केली. या जगात नसलेल्या

माझ्या आईची मला आठवण झाली. फिरून सत्तावीस वर्षांनी तिनंच मला कुरवाळलं असं वाटलं.

माझ्याकडं टक लावून बघत हलत्या मानेनं ती मला म्हणाली, "बघून किती सालं झाली असतील?"

मी म्हटलं, "खूप काळ लोटला. एकोणचाळीसला आम्ही गाव सोडलं. झाली की पस्तीस वर्षं."

"हिकडचं सगळंच कसं इसरला?"

यावर मी काय बोलणार? नुसता हसलो. तीच म्हणाली,

"तुमी येणार हाय हे इचलकरंजीत कळलं. म्हटलं, वस्तीवर घेऊन ए बाबा. बघू तर डोळं हाईत तवर."

मध्येच राजा बोलला, "आणि तुला एकदा न्हेऊन सिनेमात न्हाई का दावलं आएऽ?"

"व्हय बाबा! कोंच्या सिनेमात तुमी काम केल्तं बघा... त्यो इचलकरंजीला लागला हुता. राजानं मला न्हेऊन दावलं बगा!"

राजा हसून म्हणाला, "तुमी पडद्यावर आला. मी बोट करून म्हटलं, आई, हेच बग, हेच बग! तर आई तिथनं तुमच्याशी बोलती – काय, बरं हाय बाबा? सुखी हायसा न्हवं?" असं म्हणून राजा हसायला लागला.

माझ्या मात्र डोळ्यांत टचकन आसवं आली. कुणाला नकळत मी ती रुमालानं टिपली. खरं सांगू, ती आसवं मी पदरानं पुसली असं वाटलं.

सुख-दुःखाच्या चार गोष्टी करून आणि चहा-पोहे घेऊन मी उठलो. निघताना खाली वाकून पायाला हात लावला.

"सुखी ठेव बाबा!" असं त्या देवाला म्हणाल्या, तेव्हा मी म्हणालो, "आई, मला त्याचा आशीर्वाद नको – तुमचा द्या."

त्यांचा आशीर्वाद घेऊन मी बाहेर पडलो. वस्ती सोडून रस्त्यावर आलो आणि गावाकडेच बघत राहिलो. मी म्हटलं, "राजा, तो दिसतो तोच का डोणीचा मळा?"

"व्हय, त्योच."

"आणि शेरीचा मळा?"

बोट करून दाखवत तो म्हणाला, "त्यो बगा त्यो. आणि ते बगा तिकडं जांभळाचं झाड... दिसलं का?"

त्याच्या मोडलेल्या हाताची मला आठवण झाली आणि सदऱ्याच्या ओट्यात झेललेल्या त्या टपोऱ्या जांभळांचीही. आता पुण्यात अशी जांभळं खायची तर चार रुपये, पाच रुपये किलो या भावानं घ्यावी लागतात. तरी त्यांची गोडी नाहीच.

मी म्हटलं, “जरा बसू या बांधावर इथंच.”

आम्ही दोघंही त्याच्या शेताच्या बांधावर बसलो. खोबरी, मोघी आंब्याच्या आठवणी निघाल्या. कुलकर्ण्यांच्या मळ्यातली ती साखरगोटीही आठवली. धाटांचा बिंडा पाठीला कमरेजवळ बांधून त्यांची शालन विहिरीत पोहायला शिकायची, तेही आठवलं. त्या काळातलं ते एक नवलच होतं.

मी म्हटलं, “राजा, आबा कुलकर्णी आहेत का अजून?”

“कुठलं हो? त्यांना जाऊन कायतरी वीस वर्षं झाली की.”

“वीस वर्षं झाली?”

“तर हो!”

हे आबा कुलकर्णी फार हौशी होते. तबला वाजवायचे. बोटं तयार होती. त्या काळात चावडीत बैठक व्हायची. (आणि चावडी एका देवीच्या देवळात होती!) ‘हजरत सलाम घ्यावा’ वगैरे मुजरा झाला म्हणजे मग कोणीतरी म्हणायचं, ‘आता आबा, बसा तबल्यावर. त्याशिवाय रंग भरत न्हाई.’

मग आबा पुढं होऊन तबल्यावर बसायचे. बैठकीला असा रंग भरायचा! ‘भले-भले! हलीव गोंडा!’ असे उद्‌गार निघाय लागायचे. मग आबांची कसरत काय विचारता? त्यांचे हावभाव नाचणाऱ्या बाईलाही उत्तेजित करायचे. बघणाऱ्याला असं व्हायचं, आबांच्याकडं बघावं का बाईकडं? त्यांचे खांदे काय उडायचे, मान काय हलायची, डोळे काय लवायचे!... छे छे! आबा भलताच रंग भरायचे. कधी पायांतले चाळ तुटायचे, नाचणारे पाय दमायचे; पण त्यांची बोटं दमायची नाहीत. मला बैठकीला तेच ओढून घेऊन जायचे. माझ्या वडीलभावांना म्हणायचे, “घ्या हो त्याला. पोराला बघू द्या.”

ते आग्रहानं मला का घेऊन जायचे कुणास ठाऊक! पण त्या लहानवयात तो जो योग आला तोच पुढं मला चित्रपट लिहिताना उपयोगी पडला. ‘बाई अशी नाचती... हेऽऽ काळीज एबदारल्यागत हुतंय की हो’ हे तिथलंच. ‘भले-भले! हलीव गोंडा!’ हे सगळं त्या काळात पाहिलेलं आणि ऐकलेलं.

राजा म्हणाला, “आबांनी तुमचा ‘केला इशारा’ ते जरा बघायला पायजे हुतं. शाबासकी दिली असती बघा त्यांनी.”

एक उसासा सोडून मी म्हणालो, “लवकर गेले.”

“तर हो! ऐन पन्नाशीत गेलं की.”

“काय झालं होतं?”

“ती एक गंमतच झाली.”

“काय?”

राजा सांगू लागला – “मळ्यात धावेवरच्या त्या आंब्याखाली निवांत सावलीत

बसलं होतं म्हणं. एक नाग निगाला. फणा काढूनच बघाय लागला. दोघं असं एकमेकांसमोर बरं का. गडीमाणसं काठ्या घेऊन धावून आली. आबांनी त्याला मारू दिलं न्हाई. नागाला बघून ते गाणं म्हणू लागले. 'यमुनाजळी खेळू' ही गौळण सुरू केली. तोंडानं गाणं म्हणत्यात आणि हातानं मांडीवर तबला वाजीवत्यात. असा ठेका लावलेला आणि लागला म्हणं नाग डुलायला. आबा भलतेच रंगले. ती धाची फडीबी दोन्ही बाजूंना डुलाय लागली, मागं-फुढं होऊ लागली. आबा तान घेता घेता तल्लीन झाले. तबला बंद केला आणि एक हात कानाला लावून दुसरा हात एकदम लांब केला. त्या नागाला थप्पड बसल्यागत झाली आणि घेतली की झेप त्यानं!... असं हे गाणं म्हणता म्हणता आबा गेलं बघा. अवचित गेलं. वाजीवता वाजीवता डग्गा फुटावा तसं झालं हे."

काही वेळ मी गप्प बसून राहिलो. मनच असं सुन्न होऊन गेलं. तोंडातून काही शब्दच फुटेना. वाटलं, शहरापासून दूर असलेल्या एका खेड्यातल्या या कलावंताला, नागाला गाणं म्हणून दाखवणाऱ्या एका धुंद, वेड्या रसिक मनाला कुणी आदरांजली तरी वाहिली असेल का? कोण वाहणार? त्याची बातमी तरी कोण छापणार? आज इतक्या वर्षांनी मीच त्यांना मनातल्या मनात श्रद्धांजली वाहिली आणि शून्य नजरेनं त्या गावाकडं बघत गप्प बसून राहिलो. थोड्या वेळानं म्हटलं, "त्यांची समाधी तर बांधली आहे का?"

"कोन बांधनार हो?"

"का? त्यांना शालन, मालन अशा दोन मुली होत्या ना?"

"नका त्यांच्याबद्दल काही बोलू."

"का? काय झालं?"

"न बोललेलं बरं."

मग मलाही काही विचारण्याचा धीर झाला नाही. अनेक शंका मात्र मनात आल्या. न विचारण्यासारखं आणि न बोलण्यासारखं असं काय केलं असेल त्यांनी? आबा सुधारक होते. त्या काळात शालन दोन वेण्या घालायची, पोहायला शिकायची आणि मोठी झाली तरी शाळेला यायची. गोरीपान, नाकी-डोळी ठसठशीत. ओठ तर अगदी गुलाबासारखे! न बोलण्यासारखं असं काय केलं असेल? छे! तिचं भलंच व्हायला हवं.

राजाच्या बोलण्यानं मी भानावर आलो. तो म्हणाला, "ते इरगोंडा पाटील आठवतात?"

"म्हणजे ते दोन बायका केलेले?"

"हां बगा."

"त्यांचं काय झालं?"

“तेबी चार सालांमागं गेले बगा.”

“पण त्याचं वय झालं असेल?”

“कशाचं वय?” असं म्हणून त्यानं सांगितलं, “लई तर पन्नाशी उलटली असंल.”

“मग कशानं गेले ते?”

तो हसून म्हणाला, “तीबी एक गंमतच झाली.”

“काय झालं?”

“या दोन्ही बायका सारख्या भांडायच्या हे तुमाला ठावंच हाय.”

ते साऱ्या गावाला माहीत होतं. भयंकर भांडकुदळ बायका होत्या. चार-चार दिवस त्याला अन्न पाणी मिळायचं नाही. घरात एकाला दोन बायका असून बिचाऱ्याला दुसऱ्याच्या घरात जेवायची पाळी यायची. त्यांच्या भांडणाला कंटाळून पंधरा-पंधरा दिवस तो कुठंतरी पळून जायचा. गावही थट्टा करायचं. लोक त्याला शिकवायचे – 'हातात बडावणं घेऊन चोप की चांगलं!' कशाचं चोपतोय! त्यांची तोंडं सुरू झाली म्हणजे गरिबागत उठून त्यांच्याच हाता-पाया पडायचा. मला हे सगळं आठवलं.

मी म्हणालो, “होय. त्यांच्या त्या बायका चांगल्या आठवतात.”

तो बोलला, “एक दिवस असंच भांडण जुपलं. कवा काय सकाळी सुरू झालं आणि दुपार टळली, तिन्हीसांज झाली तरी ते भांडान काय इजंना. हे कावलं. बसा म्हणाला भांडत. आणि जे उठला ते आपल्या परड्यातल्या आडात जाऊन धडालकनं उडीच घेतली.”

“त्या आडात?”

“तर हो!”

माझ्या अंगावर शहारे आले. साठ फूट खोल आणि कशीबशी एक घागर जाईल असा तो अरुंद आड. त्यानं उडी तरी कशी घेतली असेल?

मी म्हटलं, “त्या अरुंद आडात त्यानं उडी तरी कशी घेतली?”

“अहो, जिवालाच कावल्यालं! गेलं घागरीगत धडकत खाली!”

“लागलं असेल की.”

“लागलं? अहो, चिंधड्या झाल्या चिंधड्या! कडेलोटच की! आडात पानी दिसंना. नुस्तं रगात बघा! बसा म्हणाला भांडत...”

काळजाची धडधड कमी झाल्यावर मी सहज विचारलं, “त्या बायका आहेत का अजून?”

“त्यास्नी काय धाड झालीय? त्या टुणटुणीत हैत.”

“मग अजून अशाच भांडतात?”

"आता कशा भांडतील हो?" असं म्हणून तो हसून बोलला, "इरगोंडा मेला आणि त्यांच्या भांडणाचं मूळच संपलं की! आता दोघी चांगल्या गुण्यागोविंदानं ऱ्हात्यात. दोन म्हशी पाळल्यात, एक गडी ठेवलाय. रानं घरात हैत. लोण्या-तुपाचं गोळं गिळत बसल्यात बाया बगा!

अशी हकिकत सांगून त्यानं चंची काढली. अडकित्यानं सुपारी कातरून बारीक भुगा तळहातावर घेतला आणि हात पुढं करून तो म्हणाला, "घ्या."

मी सुपारी तोंडात टाकून पुन्हा गावाकडं बघत राहिलो. एकदम मला मलकूअण्णा चौगुल्यांची आठवण झाली.

मी विचारलं, "मलकूअण्णा चौगुले आहेत का तेही गेले?"

"मलकूअण्णा व्हय? ते गेले की हो गुदस्ताच. गेला बाबा, झिजत झिजत गेला बगा."

या मलकूअण्णांचा आणि आमचा चांगला घरोबा होता. माणूस भला. आपली शेती भली आणि आपण भलं असा. सदा रानात राबायचा. कधी कधी पाठीत उसण भरायची. आणि मग भल्या सकाळी दिवस उगवायच्या आत कर्क उतरून घ्यायला तो आमच्या वाड्यावर यायचा. मी पायाळू होतो. कर्क उतरायला लोक माझ्याकडं यायचे. अनेकांच्या पाठीला माझे पाय लागले आहेत. मलकूअण्णा तर वर्षातून दोन-तीनदा यायचाच. दिवसाकडं तोंड करून श्रद्धेनं बसायचा. पाठीवर माझा पाय फिरला म्हणजे तीनदा उठून दोन्ही हात आणि पाय तीनदा झाडायचे. असं हे तीन-तीन दिवस चालायचं.... रोज सकाळी दिवस उगवताना आणि संध्याकाळी मावळताना. वर म्हणायचा, "पाय लई गुणी बघा तुमचा!"

कुणास ठाऊक खरं-खोटं! मी आपला उघड्या पाठीवर लाथा घालत होतो एवढं खरं.

एक दिवस हा मलकूअण्णा आला आणि म्हणाला, "गाडी घेऊन आलोय. जरा रानाकडं येता का?"

मी म्हटलं, "का? कशाला जायचं?"

तो म्हणाला, "रानात हीर काढायची हाय. तुमी पायाळू हाय. तुमी दावशीला तिथं हीर काढली म्हंजे पानी लागंल."

पायाळू माणसांना भूमीतलं पाणी कळतं असा एक समज आहे. तो त्या श्रद्धेनं आला होता. मी गेलो. उन्हाळ्याचे दिवस होते. रानात पिकं नव्हती. त्यानं आपलं रान मला दाखवलं आणि म्हणाला, "या हिंडून. सगळं रान फिरून या आणि मग सांगा कुठं हीर काडावी ते."

मी काय, पोरच होतो. गेलो उड्या मारत. मोकळ्या वावरात हुंदडलो. जरा लंगडी घातली, जरा पळालो. मला कुठं पाणी आढळलं नाही. मोकळी हवा खाऊन

झाल्यावर मी पुन्हा बांधाला आलो. त्यानं विचारलं, "कुठं काडू या हीर?"

हा मला भलताच मोठेपणा दिला होता. त्या वयातही मला त्याची गमतीदार जाणीव झाली. मोठेपणा ही चीजच अशी आहे. लगेच न बोलता गुडघे जुळवून त्या रानाकडं बघत बसलो. मुद्रा विचारी केली आणि मधल्या एका बांधावर एक उंबराचं झाड होतं त्या झाडाकडं बोट करून मी म्हटलं,

"त्या झाडाजवळ विहीर काढा."

"मग बरोबरच हाय. उंबराखाली पानी असतंय असं म्हणत्यातच. तिथं खणावं?"

"बेलाशक!" मी असं बेलाशक बोललो.

त्याबरोबर मलकूअण्णा उठला आणि माझ्या हातात नारळ देऊन खाली वाकून त्यानं माझे पाय धरले. देवाला नारळ देऊन पाया पडावं तसं केलं. उठून म्हणाला,

"आता ह्या आकितीच्या म्हूर्तावर कुदळ घालतो. फुडच्या सालाला तुमी गुऱ्हाळालाच याला पायजे बघा. गाडीत बसवून झाकीत आनतो!"

त्याच्या त्या गुऱ्हाळावर मला कधीच जाता आलं नाही. उसाची लागणच झाली नाही तर गुऱ्हाळ कसं होणार? मी दाखवलेल्या जागेवर त्या उंबराच्या झाडाजवळ त्यानं आकितीच्या म्हणजे अक्षय्यतृतीयेच्या मुहूर्तावर कुदळ घातली. एकाला दहा वडार विहीर खणत होते. वरच्या मातीच्या थराखाली एकदम काळा फत्तरच लागला होता. लोक म्हणाले, हितं कसं पाणी लागणार? त्यानं कुणाचं ऐकलं नाही. फक्त माझं, म्हणजे एका पायाळू माणसाचं ऐकून सुरुंग लावून तो फत्तर फोडू लागला. आणखी वडार कामाला लावले. धडाल् धूऽऽम असे अनेक सुरुंग दिवसातनं उडायचे. विहिरीचा घेरही मोठा होत चालला. डोंगरासारखा फत्तरांचा ढीग वर बांधाला साचू लागला आणि विहीर खोल खोल जाऊ लागली. पहिल्या वर्षी तीस फूट खणली. पैसा संपला. काम बंद पडलं. पुन्हा पुढच्या वर्षी काम सुरू झालं. विहीर चाळीस फूट खाली गेली. फत्तर फोडून वडार दमले. पैसाही उडाला. तिसऱ्या वर्षी पुन्हा त्यानं चंग बांधला. कुणा सावकाराचं रीण काढलं आणि तो तळ फोडत राहिला. हे काम मध्येच सोडून देणंही होत नव्हतं, आणि तळ गाठणंही कठीण झालं होतं. पन्नास फूट खोल खणूनही पाणी लागत नव्हतं. मलकूअण्णाही गडी जिद्दीचा. त्यानं आपलं एक शेत विकलं, पुन्हा पैसा उभा केला – आणि पुन्हा खाली खाली चालला. अखेर साठ हातांवर एक आडवा झरा आला. बारीक धार लागली. त्याचा चेहरा उजळला. ज्याला त्याला सांगू लागला, "भूमीच्या पोटात पानी न्हाई कसं?"

आता हे साठ हातांखाली लागलेलं पाणी उपसायला मोट काय पुरी पडणार? चेष्टेनं लोक म्हणायचे, "मलकूअण्णा, आता मोट वडायला हत्ती आण हत्ती!"

“हत्तीच आणतो बघा!” असं म्हणून त्यानं एक किर्लोस्करी इंजिन आणून विहिरीवर बसवलं. एका पत्र्याच्या घरावरनं ‘पक् पक् पक्’ असा आवाज निघू लागला; पण इंजिन सुरू झालं म्हणजे अर्ध्या तासात पाणी संपायचं आणि तळाचा गाळ उघडा पडायचा. त्या तेवढ्या पाण्यावर ऊस कसा लावायचा? पाच एकर दहा एकर ऊस लावावा, गाड्याच्या गाड्या गूळ मळावा, पंधरा-तीन वार गुऱ्हाळ चालावं आणि सगळं गाव येऊन रस पिऊन जावं, ही त्याची कल्पना लयाला गेली. विहीर फोडताफोडता तो उरी फुटल्यागत झाला होता. त्याच्या कल्पनेलाच सुरुंग लागले होते. ऊसाऐवजी कुठं खपली कर, घराच्यापुरतं भात लाव, वांगी कर, मिरची कर – अशी त्याच्यावर पाळी आली आणि बैलाऐवजी ड्रायव्हर ठेवावा लागला. काय परवडणार? त्यानं काढलेल्या कर्जाचं व्याज फिटेना झालं. मुद्दलापेक्षा व्याजच वाढायला लागलं. कोल्हापूरचा गोरा तेंडुलकर सावकार अधनंमधनं बेलिफाला घेऊन जप्ती आणू लागला. घरची भांडीकुंडी रस्त्यावर येऊ लागली. दावणीची जनावरं राहतात का जातात असा घोर पडला. माणूस भला म्हणून गावानं सांभाळलं. जप्ती आल्याची बातमी आमचे वडील बंधू आतल्या अंगानं त्याला कळवायचे. मग घर, गोठा सगळा रिकामा करून तो बसायचा. एकूण सगळे हालच. अगदी कुत्तरओढ सुरू झाली. चार वर्षं तो विहीर फोडत राहिला आणि नंतर दैव त्याला फोडत राहिलं. वडारानं फत्तरावर पहार घालावी तसा काळ त्याच्या काळजावर घाव घालत राहिला. काळीज फुटत चाललं... तीस हात, साठ हात... खोल खोल.

आम्ही गाव सोडलं तेव्हा त्याची ही अशी स्थिती होती. कधी कधी घरात चूल पेटत नव्हती. मी म्हणालो, “त्या मानानं मग मलकूअण्णा बरेच जगले.”

तंबाकूची चिमूट दाढेत सोडून तो बोलला, “काही म्हणा – माणूस जिद्दीचा बघा. धा वरसं नुसता झिजत हुता. परवा परवा गेला गुदस्ता. त्याच्या हिरीगतच झालं हो! वर्षानुवर्षं खणायचं आपलं!”

मी विचारलं, “अखेर तिला भरपूर पाणी असं लागलंच नाही का?”

“ती एक गंमतच झाली.”

“काय?”

“अखेर ते रान एका सावकाराकडं गेलं. अजून एक चार हात फोडून बघावं म्हणून त्यांनी सुरुंग लावला आणि पहिल्या दणक्यातच उभा झरा लागला की हो! असला मनगटासारखा! एक पुरुषभर उंच कारंजं उडावं तसं पाणी उसळाय लागलं. मनगंड पाणी हाय बघा आता त्या हिरीला. मलकूअण्णा ज्येला त्येला तुमचं नाव सांगत सुटला. म्हणायचा, पायाळू माणसाचं खोटं कसं पडंल?” हे ऐकून मला गहिवरल्यासारखं झालं.

मी म्हटलं, ''मग आता तिथं ऊस असेल?''

''उसाला काय तोटा हो! धा एकर ऊस हाय, दोन एकर पानमळा केलाय. काय औंदा दराक्षंबी करनार हाय असं कळतं. जोरात हाय! मलकूअण्णा मतुर आपल्या रानात दुसऱ्याचं हे पीक बघत गेला बगा! तेरा-चौदा एकरांचा हत्तीच्या पायागत डाग होता की हो एका तळावर. त्याच्या नशिबातच नव्हतं. काय करायचं?''

''त्याची मुलंबिलं कोण?''

''हैत दोन पोरं. एक दुसऱ्याचं रान करून गुजरान करतोय आणि दुसरा एक हितं इचलकरंजीतच हाय सुताच्या गिरणीत मजूर म्हणून. भरत्यात पोटं. चाल्लंय.''

... मन अधिकच उदास झालं. वाटलं, काळानं काही वर्षांत काय ही ससेहोलपट केली! धड एकाचं ठीक नसावं? विचारावं तो माणूस गेलेला आणि ज्याची त्याची परवड ही अशी! कोणा वयस्कर लोकांसंबंधी आता काही विचारूच नये असं वाटलं. मला भाया सुताराची आठवण झाली; पण मी तो विषय काढला नाही. माझ्या 'धिंड' मधला तो 'हाल्ट' शब्द, तो त्याच्याच तोंडचा. आमच्या पळाऊ गाडीचा पाळणा त्यानंच तयार केला होता. गाडीला रंगही त्यानंच दिला होता. तो आमचा गडी नव्हता; पण आम्ही नरसिंहवाडी, आळत्याची रांडाव पुनव अशा यात्रेला-क्षेत्राला गाडी घेऊन निघालो की गाडीवर तोच बसायचा. गाड्यांचे तांडे लागले म्हणजे जे मागं-पुढं व्हायचं आणि झणापन उडायची. काय सांगू त्या ईर्ष्या! तो आनंद त्या काळात जो मी लुटला आहे त्याला तोड नाही. देहभान हरपून सगळं भोगलं. भाया सुतार गाडीवर बसला म्हणजे गाडीचं विमान व्हायचं. अशा भायाची मला आठवण झाली; पण विचारलं नाही.

आमचे अण्णा त्याला नेहमी म्हणायचे –'भाया, तू एक दिवस गाडीच्या चाकाखाली सापडून मरणार बघ. अरे सावकाश, अरे हळू, अरे बेतानं...' हे आठवलं आणि मी त्याच्यासंबंधी काही विचारलं नाही. मला लखू भटजींचीही आठवण झाली. ते वैद्य होते. नाडी तपासतानाही गळ्यातल्या गळ्यात ताना घ्यायचे. ''हं-हंऽहंऽहंऽहंऽ'' हे असं सारखं चालू असायचं. पोटावर एका हाताची बोटं ठेवून त्यावर टिचक्या मारून विचारायचे,

''वारा सरकतो काय?'' आम्ही काही उत्तर देईतोवर त्याचं गाणं सुरू असायचं: हं-हंऽहंऽहंऽहंऽ... हे गाणंही आता पंचभूतांत विलीन झालं असेल या भयानं त्यांचीही चौकशी केली नाही.

ही वृद्ध मंडळी टाळून माझ्या सोबत्यांबद्दल विचारावंसं वाटलं. मला गुरवाच्या बाबूची आठवण झाली. कुणाला दोन आया असतात – तर त्याला एकाच घरात दोन आज्या होत्या. दोन आज्या, एक आई, एक आंधळी बहीण – शारी. अनेक

आठवणी झाल्या. वाटलं, नको काही विचारायला. या गुरवाच्या घरात पटकन मरण्याची परंपराच होती. त्याचा बाप बोलताबोलता असाच गेला होता. एक आजी तर दळण आणताना ठेच लागून पडली आणि रस्त्यावरच गप झाली. मी बघायला गेलो होतो. डब्यातलं पीठ अजून गरम होतं – पण तिचं अंग सगळं थंड पडलं होतं. बाबूची आई... ती एक दिवस सकाळी उठून म्हणाली, ''मला आज कसंसंच होतंय.'' तिनं धड दिवस मावळू दिला नाही. या आठवणी एकदम झाल्या आणि काय ऐकायला मिळेल कुणास ठाऊक, असं वाटून बाबूबद्दल मी काही विचारलं नाही. हे बोलणं टाळून मी म्हणालो, ''आपल्या गुर्लिंग स्वामीचं कस काय चाल्लंय?''

''आपला गुर्लिंगा व्हय? त्याचं झकास हाय. दोनी पोरींची लगनं झाल्यात. दोन पोरं नोकरीला लागल्यात. एक पोलिसात भरती झालाय आणि एक कुठं नेव्हीत गेलाय म्हणं. मनीऑर्डरी येत्यात. ''

मी म्हटलं, ''छान झालंय तर!''

''कशाचं छान?''

''का?''

''अहो, आता ते दिवसभर ल्हास असतंय बघा. सकाळीच सुरू करतंय.''

''आणि मग गावातली लग्नं, सत्यनारायण?''

तो म्हणाला, ''गावात दुसरा स्वामी न्हाई. झक मारून त्यालाच बोलावायची पाळी येती की. त्याच्या शिवाय तुळशीचं लगीन तर हुतंय?''

''मग हे सगळं पिऊनच?''

''तर काय मग? आला म्हंजे लोक इचारत्यात, काय स्वामी, सुद्दीत हैसा न्हवं? ते व्हय म्हनतंय आणि हळद म्हणून कुक्कू घेतंय आणि कुक्कू म्हणून हळदीत बोट घालतंय!''

मी म्हटलं, ''मजा आहे तर मग!''

''अहो, लई मज्जा! लगनात धड अंतरपाट धरून उभा ऱ्हात न्हाई. त्याच्याजवळ आपला एक माणूस उभा करावा लागतो. परवा तर एकदा सावधान म्हनायच्या आतच 'वाजवा' म्हणाय लागला! अशी मज्जा! काय सांगायचं त्याचं?''

गुर्लिंगाच्या त्यानं आणखीही काही गमती सांगितल्या. बोलताबोलता पारिसा झेल्याची आठवण झाली.

मी विचारलं, ''पारिसाचं कसं आहे?''

''झेले न्हवं? अहो, ते सरपंच झाल्यात आता. त्याचं काय विचारता! ट्रॅक्टर घेतलाय. फुडारी झाल्यात हो ते!''

मी म्हटलं, ''चला, आपल्या मित्रांपैकी एक तरी हरित क्रांतीवाला झाला हे

बरं झालं!''

"अहो, आता चार-दोन वर्षांत झेड.पी.चा अध्यक्षच होतोय बघा!''

"कसं काय?''

"त्याचं सगळं धागंदोरं तसं हैत हो.''

मला एकदम वाण्याच्या बाळिशाची आठवण झाली. माझा तो जिवलग मित्र होता. अगदी साधा, सरळ. कधी खोटं बोलणार नाही, वावगं काही करणार नाही. दर शनिवारी मारुतीला तेल घालायचा. सोमवारी महादेवाला जायचा. देवभक्त आणि देशभक्तही. वहीत गांधीजींची चित्रं काढायचा. नेमानं टकळीवर सूत कातायचा. एकूण त्याचं सगळं वागणंच चांगलं होतं. त्याची आठवण होताच मी विचारलं, "राजा, आपला बाळिशा काय करतो?''

"कोण, बाळिशा वाणी व्हय?''

"होय.''

"त्याच्या डोक्यावर परिणाम झाला की हो!''

धक्का बसावा तसा मी बघतच राहिलो.

"त्याला बायकू चांगली भेटली न्हाई बघा.''

"काय झालं?''

"डँबीस हो! ती नटवी भेटली. हे सरळमार्गी. बाजाराला इचलकरंजीला जायची. एकेक दिवस याचीच न्हाई. मग हे जास्तच लागलं देवध्यान करायला. बसला म्हंजे दिवसभर शिवलीलामृतच वाचत बसायचा.''

"मग आता कसा आहे?''

"आता? ते चौगुल्याच्या मळ्यात एक विटोबाचं देऊळ हाय बघा- तिथं असतो कफनी घालून बसलेला.''

"आणि बायको?''

"तिनं इचलकरंजी गाठून झाली की कायतरी धा वर्षं!''

"तिथं काय करते?''

"दारूचा धंदा करती... हातभट्टी!''

मी विचारलं, "मुलंबाळं काय?''

"एक मुलगा हाय सोळा-सत्रा वरसांचा.''

"तो काय करतो?''

"आता काय सांगू तुम्हाला,'' असं म्हणून तो बोलला, "दोन म्हैन्यामागं त्यानं खून केला बघा.''

"कुणाचा?''

त्याच्या आईच्या सोयऱ्याचा. बापानं काय केलं न्हाई, पर सोळा-सत्रा वर्षांच्या

पोरानं हे काम केलं आणि जाऊन बसलाय बघा तुरुंगात. आणि सांगायची गोष्ट म्हंजे बाळिशाला हे कळल्यावर एक दिवसभर रडलं ते देवाफुडं बसून. पोरासाठी न्हवं. पोरानं हत्या केली म्हणून त्याचा जीव हळहळला. आता कोण भेटंल त्याला एकच एवडं बोलतंय - पोरानं वाईट केलं माझ्या. जिवाची हत्या तेवडी कराय नको पायजे हुती... आणि बघा, त्या पोरासाठी ते पापातनं मुक्त व्हावं म्हणून उपास करतंय, तापास करतंय! आमच्यासारख्यांच्याकडं येऊन साखर मागून घेतंय आन् मुंग्यास्नी घालतंय! आणि गंमत बघा, रामदासांनी असं म्हटलंय असं म्हणून गडी डोळं झाकून समाधी लावल्यागत बसतोय आणि आम्हाला या नरदेहाची थोरवी सांगतोय. "मी दावू का दोन ओळी म्हणून? आमाला ऐकून ऐकून पाठ झालंय बघा ते."

मी काहीच बोललो नाही. पण माझ्या होकाराची वाट न पाहता राजा त्याची नक्कल करीत डोळे झाकून बसला आणि म्हणू लागला :

"धन्य धन्य हा नरदेहो । येथील अपूर्वता पाहो ।
जो जो कीजे परमार्थ लाहो । तो तो पावे सिद्धीते ।।
असं हाय बघा हे सगळं."

मी हे ऐकून सुन्न झालो.

दिवस कलला होता. आतून मला गलबलून आलं होतं. मी म्हटलं, "चला. आता जायला हवं."

आम्ही परत निघालो. गेस्ट हाऊसजवळ आलं. नको ती आठवण त्यानं पुन्हा करून दिली. तो म्हणाला, "ती लांब झोपडी दिसती का? तीच बघा ती बाळिशाच्या बायकूची. तुमी उतरलाय तिथनं जवळच हा अगदी. रात्रंदिवस गिऱ्हाईक असतं हं. पोलिसास्नी धरून हाय... चाल्लंय!"

गेस्ट हाऊसवर आलो. त्याला निरोप देण्यापूर्वी पुन्हा एकदा मनात आलं, त्या शालनविषयी विचारावं. न बोललेलं बरं, असं म्हणून त्यानं त्या विषयाला फाटा दिला होता. अकारण मनात चुटपूट लागून राहिली होती, हुरहूर वाटत होती; पण दहादा मनात येऊनही विचारायचं धैर्य झालं नाही. एकदा तर अगदी माझ्या ओठावर आलेले शब्द मी आवंढा गिळावा तसे गिळून टाकले.

... आणि मी न बोलताच निरोप दिला.

□

रांडाव पुनव

ही पौर्णिमा मार्गशीर्षात वर्षाला एकदा येते. येताना वाजत-गाजत येते आणि जाताना चांगली अद्दल घडवून जाते. दहा-वीस गावांच्या काळजाचे लचके निघतात, जखमा होतात, परत खपल्या पडतात आणि तरी ती वाजत-गाजत येते. हे सारं त्या एका रस्त्याला ठाऊक आहे. त्याच्याच अंगावर हे सारं घडतं. कितीक साल हे तो पाहत आला आहे. त्या साऱ्या गोष्टींची आठवण झाली की त्या रस्त्याच्या अंगावरसुद्धा काटा उभा राहतो.

कोल्हापूरच्या खालच्या अंगाला 'आळतं' म्हणून एक गाव आहे – हातकणंगले तालुक्यात. तालुक्याच्या गावापासून एक कोसभर होईल. मोटारीची सडक गावाच्या अंगावरनं जाते. ह्या टापूत आळत्याला गेला नाही असा माणूस सापडायचा नाही. देवीचं गाव आहे. ही आळत्याची यल्लमा प्रसिद्ध आहे. तिचं माहात्म्य बरंच सांगतात. लोक हिला मागून घेत असतात. कुणाला ती आजारातनं उठवते, कुणाच्या गळ्याचं कडासणं काढते, कुणा वांजुटीला पोर देते. कुणाला काय, कुणाला काय! असं माहात्म्य! म्हणून लोक खण-नाराळाची वटी भरतात, लिंब नेसवतात, गोडा निवद करतात, पैसा सढळ हातानं सोडतात. अशा ह्या नवसाला पावणाऱ्या यल्लमाची जत्रा महा जोरकस भरते. ज्या पौर्णिमेला ती भरते तिला 'रांडाव पुनव' असं म्हणतात. त्या दिवशी हंडगे लोक यल्लमाबरोबर लग्न लावतात आणि रात्री पालखीच्या वेळी काकणं फोडतात. हे हंडगे त्या दिवशी रंडके होतात म्हणून 'रांडाव पुनव' असं नाव पडलंय.

एक रात्रच जत्रा असते, पण आळत्याच्या आसपासची सारी गावं लोटतात. लांबलांबच्या जोगतिणी जग घेऊन येतात. त्या दिवशी हातकणंगले ते आळते ह्या रस्त्यावर नुसती झिम्मड उडते. मुंग्यागत माणसांची रीघ लागते. टांगा, घोडा, मोटारी यांना दम नसतो. बैलगाड्यांचे तांडेच्या तांडे लागतात. सायकलींची चक्रं

गिरगिरत असतात आणि ...

आणि मध्येच रस्त्याच्या अंगावर काटा उभा राहतो. काळजाचं पाणी होतं – रक्ताचं शिंपणं होतं.

पण म्हणून काय जत्रा थांबते? नाही. गर्दी कमी होत नाही. धुळवड उडायची तशी उडते. लोक हौसेनं ती साजरी करतात. कणातीत लावण्या रंगतात, रेणुकेच्या मंडपात मुरळ्या नाचतात. लोक बायका-पोरांना घेऊन येतात, नवस फेडतात. पाळण्यात बसतात, घोड्यावर बसतात. भेंडबत्तासू, चुरमुरे यांची विक्री जोरात होते. पोरं मातीची, लाकडाची, रांग्याची खेळणी घेतात. चेंडू उडवतात, फुगे फोडतात. एक रात्र ही पुनव अशी गजबजून, गलबलून, गाजून जाते.

येत्या पुनवेला तारदाळचा ऐदान पाटलाचा बाळू आपल्या आईला, पोराला, बायकोला घेऊन आळत्याला जाणार होता. बाळूचं दोन वर्षांचं पोर गेल्या पावसाळ्यात हागवणीनं मरतामरता वाचलं होतं. एकदा हागवण सुरू झाली ती थांबेचना. पोर तुरकाटीगत दिसू लागलं. हाता-पायांतला जीव गेला. आता जातंय का मग जातंय अशी वेळ आली. चाटणं केली, लखू भटजीच्या गोळ्या झाल्या, आबालाल मुलान्याचा दोरा बांधला. कोण काय सांगेल ते केलं, खरं पोर त्यातनं उठंना. लिंबू उतरून टाकला. गावाबाहेरच्या चिंचेखाली रात्री जाऊन मोळासुद्धा मारला. खरं बाळूचं पोर झिजायचं थांबंना. अखेर शेवटी यल्लमाचं मागून घेतलं तेव्हा हागवण थांबली. पोर लगेच खडखडीत बरं झालं. आणि हा नवस फेडायला बाळू येत्या पुनवेला सारं घरदार, कुत्रं-मांजार घेऊन आळत्याला जाणार होता.

पुनवी म्होरं एक पंधरा दिवस असली की लोक बोलू लागतात. जत्रेला जाण्याचे बेत सुरू होतात. मोडक्या गाड्या दुरुस्त होतात. आता ह्या गाड्यांवरनं आठवलं. ह्या टापूत एकदांडी गाडी चुकून गावायची म्हणा ना. सगळ्या दोनदांड्या हलक्या, पळाऊ गाड्या... आपल्या टांग्यागत. तेवढीच चार माणसं बसली की झाली गर्दी! कृष्णेकडचा जवारी बैल हिकडं नदरं पडत नाही. हिकडचे बैल म्हणजे आपली कावळ्याची पिल्लं! खिलारी, खडमी जात. गाडीचं काम तेवढं नंबरी. आणि म्हणून हिकडं गाडीचा नाद दांडगा, ईर्ष्या दांडगी. गाड्या पळवायच्या, एकमेकांच्या पुढं काढायच्या ह्यात आनंद दांडगा, चुरस दांडगी. ही पुनीव ही चुरस घेऊनच येते. ती आली की गावागावांत फुणगी पडू लागते – ठिणगी उडू लागते.

आमच्या तारदाळ गावाला हा नाद आहेच. जत्रा आली की हे वारं झडू लागतं.

ऐदान पाटलाचा बाळू असाच तर्काट्या. हे वारं सुटलं की त्याचं टाळकं थाऱ्यावर राहत नाही. त्यातल्या त्यात भोकरीखालच्या बापूबरोबर त्याची लई ईर्ष्या. अगदी काय बघायला नको अशी चुरस. गडी भोकरीखालनं चालला की दात-व्हट खात जायचा. दुसऱ्यापाशी त्याच्या बैलांची उगाच नालस्ती करायचा. आणि हे

बापूला कळलं की तोसुद्धा भाद्दर मिशीवर ताव मारीत म्हणायचा, "ऐदान्या पाटलाची बैलं जोड म्हणावं माझ्या खोंडाबरोबर. न्हाई चाकात गांड घातली तर इचार की!"

लोकांना हे सारं थट्टेवारी वाटायचं. पण बाळूनं एक दिवस बापूला रोखठोक बजावलं, "बाप्या, घोडामैदान लांब न्हाई. रांडाव पुनवंला हून जाऊ द्या काय व्हायचं ते."

ह्या गाड्यांच्या ईर्ष्या अनेक गावांत होत असतात. पण तारदाळची परंपरा दांडगी. पुनीव अशी वाजत-गाजत येऊ लागली. त्या दिवसाकडं लोकांचं डोळं लागून राहिलं.

ऐदान्या पाटलाच्या बाळूनं गाडीची धाव निखळली होती ती बसवून घेतली. पंधरा दिवस खोंडांचं औतकाम बंद ठेवलं. रोज सकाळ-संध्याकाळ तो खोंडांना गाडीला जोडी आणि कसून तालीम देई. बाळूचे खोंड ताणातले होते. अंगात रग होती, हरणाची चलाखी होती. तशी ती गाडीला चांगली पळायची.

पण भोकरीखालच्या बापूची जोडी तरी कुठं वाईट होती? तीही जनावरं चांगली तापट होती. गाडीच्या तंड्यात बापू कधी मागं राहिला नव्हता. कुठं बाजारला जा, तर जत्रेला जा. बापूची गाडी कधी संथ चाललीय असं नाही. पुढं गाडी दिसली रे दिसली की कासरे न ओढता बापूचे खोंड आपोआप बगलेला होत आणि शेपटीचा गोंडा पाठीवर घेऊन चौक उधळत. तशी दुसरी गाडी इरसाल भेटली की बापू 'हुय्यो' घाली, पटका उडवी आणि बैलांच्या पाठी कोयंड्यानं फोडून काढी. ईर्ष्याच खुळी!

पुनीव जवळ येत चालली तशी ही चुरस आगटीगत घुमत राहिली. दोन तांडतगडे जवान इरेला पडले होते. पेटलं होतं ते आता विझणार नव्हतं. भरल्याली मोट ओढलीच पाहिजे नव्हं?

अखेरचा तो दिवस उगवला. इतके दिवस घुमत असलेली पुनीव आली एकदा. ऐदान पाटलाच्या बाळूनं पोराला नवं टोपडं-कुडतं केलं होतं. बायको नटली होती आणि तिची सासू आपली हौस फेडून घेत होती. जत्रा दिवसभर घरात घुमत होती. बाळूनंही पटका आर देऊन रंगवला होता. एक वावभर लांब कोयंडा तयार केला होता. खोंडांचे खांदे कावेनं मळले होते. गाडीच्या दांड्या नीट बसवल्या होत्या. सकाळपासून त्याचं चित्त थाऱ्यावर नव्हतं.

चांदा उगवून घटका-दोन घटका झाल्यावर भोकरीखालच्या बापूची गाडी सुटली अशी बातमी बाळूला येऊन पोचली. बाळूनं लगोलग घरात आवरायला सांगितलं. आवराआवर झाली. गाडी जोडली. गठलीबिठली गाडीत टाकून झाली. चाकाच्या कण्यात वंगान घातलं आणि माणसं गाडीत चढू लागली. तेव्हा खुळं

राम्या चंदुय्या गटाराकडंला उभं राहून म्हणालं, ‘‘यल्लरीऽऽ यल्ल नडदिरी गौंडूऽऽ?’’

‘‘नीन् ह्यनान्... बोडक्यानं येऊन आडामोडा घातलास? वाऽऽरं, वाऽऽरं गब्रू! अहा रे पोपटा!’’

आणि मग गाडीत बसल्याबरोबर त्याची आई म्हणाली, ‘‘जपून रं बाळा.’’

बाळू आरडला, ‘‘शेंबडं पॉर हाय व्हय म्या? का कधी गाडी मारली न्हाई?’’

‘‘तसं न्हवं रं. तुझं पळवणं मुलखायेगळं.’’

‘‘मग गाडी पळवायची न्हाई तर रेडं जुपावत गाडीला! हे खोंड घेतल्यात ते काय देवाऱ्यावर पुजून ठेवाय?’’

‘‘पळीव खरं. जरा जपून. अंगातल्या हाडांचा खुर्दा करू नगंस म्हंजे झालं!’’

वेशीत काका देसाई आढळला. त्याला बघून बाळू म्हणाला, ‘‘काय काका, येतोस पुनवंला?’’

‘‘व्हय. हे काय चाललोय. रांडाव पुनीव कधी चुकलीया व्हय माझी?’’

मग कासरे ओढून धरून बाळू म्हणाला, ‘‘आगा, मग चड की गाडीत.’’

‘‘तुझ्या गाडीत? न्हाई रं बाबा!’’

‘‘का गा न्हाई?’’

‘‘आम्ही आपली म्हातारी माणसं. कुटं हाडं मोडून घेतूस तुझ्या गाडीत बसून?’’

बाळू फुगला. आपली गाडी म्हणजे ‘पळाऊ’ गाडी अशी ज्यानं त्यानं त्याला ‘पदवी’ द्यावी याचा त्याला अभिमान वाटला. खरं तो झाकून ठेवून म्हणाला, ‘‘काका, अशी कुटं लागून गेल्यात बैलं माझी?’’

‘‘नसली तर काय झालं? चुरस हाय. पळापळी चालायचीच. काळ हाय, वकुत हाय. काय न्योम सांगून येतोय? आपलं पायानं गेलं, पायानं आलं. कसंऽऽ? देव-देव कराय टांगा-घोडाच काय करायचा?’’

मग बाळुनं कासरे ढिले सोडले आणि खोंडांच्या शेपटीला हात लावला, तसे खोंड उधळले. चाकं धोंड्यावर धाडधाड करू लागली. शेरीच्या मळ्यापर्यंत गाडी चौक सुटली होती. मळा जवळ आल्यावर बाळूनं खोपीकडं पाहिलं. दिवा जळत होता. गाडी उभी करून त्यानं तिथनंच हळी दिली,‘‘अरं किसना – किसनाऽऽ उक्!’’

‘‘आलू आलूऽऽ’’ अशी साद आली आणि लगेच पाठोपाठ हातात एक काठी खेळवत किसन धूम पळत आला. किसन बाळूचा जिगरदोस्त. कुठं जायचं-सवरायचं असलं की मिळून जात. किसन बावकुड्याला धरून म्होरच्या अंगानं गाडीत चढला, तशी गाडी सुटली आणि कोण तरी ओरडलं, ‘‘अरं पटका, पटका!’’

बघतात तर काय! किसनाचा कोशा-पटका लागला की गुंडाळायला गाडीच्या चाकात. हे बघताच आई बाळूला डाफरली, "तरी म्हंतूया बाबा, सावकास. जपून चल! काय कर जितायची हाय व्हय रं तितं?"

बाळू खेकसला, "अगंऽ पर म्या काय केलं? आपुनच खोंड उदाळलं."

"म्हणूनच चित्त असावं जरा."

"बरं, आता कुलूप घाल बगू तोंडाला! लई शिकवू ने! थानचं पॉर हाय व्हय म्या, तवा लागलीयास ग्यान पाजाय मगापसनं ते?"

बायकोनं मध्ये तोंड घातलं : "फुरं की! किती वडा कुटचिला आता? म्हातारं माणूस सांगतंया ते कुणाला? आपल्याच हिताला न्हवं?" आणि तशीच सासूकडं वळून म्हणाली, "तुमचं तरी काय जातंया? गप बसा की अत्त्यासाब."

मग हे बोलणं संपलं आणि किसन बाळूला म्हणाला, "बाळू, बाप्या लई जोरात हायगा ह्यंदा."

"असू दे रं! आज पाडतो वंडच बग त्याच्या जोडीचं!"

"व्हय रं, पाजाय पायजेच पानी एकदा. मघाशीच गाडी गेली त्येची. मला रानात बगून मटा जोरात सोडली हुती गाडी म्हनंनास!"

"व्हय काय?"

"तर्र रं! लईऽऽ घोळ घाटला हुता. लई नाचतंया रं वांडार!"

बाळूनं कासरे आवरले. चंची काढली. दोघांनी तंबाकू खाल्ली. एक पिचकारी टाकल्यावर किसन लांबवर बघत म्हणाला, "बाळू, राउताच्या काळ्या आंब्यापाशी गाडी हाय जणू बग."

बाळूनं त्या दिशेनं नजर टाकली आणि 'व्हय की रं. चार-पाच गाड्या दिसत्यात गड्या,' असं म्हणून त्यानं बैलांच्या शेपटीला हात घातला. आता खोंडांचं अंग तापलं होतं. ताव चढला होता. शेपटीला हात लावल्याबरोबर गाडी उधळली आणि बाळूची आई बावकड्यावर आदळली; पण तोंडाला मिठी मारून बिचारी गप बसली तोंड गेल्यागत.

हां हां म्हणत गाडीनं सोंडीमाळ ओलांडला. काळा आंबा मागं राहिला; आणि कटिंगनातनं गाडी वर आली. तोवर पुढच्या गाड्या नजरेच्या टापूत आल्या. चाळ ऐकू येऊ लागले. चाकांचा खडखडाट कानांत घुमू लागला. समोर हातकणंगल्याचं स्टेशन दिसू लागलं. स्टँडवरचे दिवेही दिसू लागले.

किसन म्हणाला, "आरं, आता घाई का? हेऽ आलं न्हवं ठेचान? आता आड्ड्याव च्या प्याचा, तंबाकू खायची आणि जी सडकंनं गाडी सोडायची ती थेट आळत्यापतुर."

गाडी हातकणंगल्याच्या अड्ड्यावर आली तेव्हा भोकरीखालचा बापू गाडी उभी

करून वाटच बघत होता. ही गाडी दिसली तसा तो साथीदारांना म्हणाला, "आरं, ऐदान्या पाटलाचं रेडं आलं! ये म्हणावं मागनं तरी! हॅ: हॅ: हॅ!" आणि त्यानं खोंड उसकलं. गाडी सुटली.

अड्ड्यावर गाडी एका बाजूला उभी करून बाळू आणि किसन एका हॉटेलात गेले. मिरचीची भजी खाऊन त्यांनी च्या घोटला, पान खाल्लं. टोची रंगवल्या आणि तंबाकू चघळीत ते गाडीकडं आले. चाकांत आनि एकदा वंगान घातलं आणि बाळूची गाडी सुटली. तसा किसन म्हणाला, "बाळू, बाप्या दिसतोय काय तुला?"

"कुटंसं म्हंतूयास?"

"गेली रं! टॅक उतरून खाली गेली गाडी. हान, हान!"

बाळूनं खोंड उसकले. शेपटी मुरगाळल्या. गाडी जोरात सुटली. पक्क्या सडकंवरचा खणखणीत आवाज कानांत घुसून पडदे हलवू लागला. बाळूच्या आईची तगमग झाली. किसनाचं बोलणं तिला गोड लागलं नाही. ही हुसट पोरं कायतरी इट्टूस करणार असं तिला वाटलं. त्यात रस्ता दिसत नव्हता एवढी रहदारी. भुईमुगाच्या वेलांनी रान माखावं तसा रस्ता माखला होता. टांगे काय, घोडे काय, मोटारी काय – त्याला काय दिक्कच नव्हता. म्हातारीची नजर भुलली. मन थंड राहीना, गप्प बसू देईना म्हणून ती बोलली, "बाळू, संबाळून रं बाबा. धाकटं प्वार हाय गाडीत."

खरं बाळू होता कुठं शुद्धीवर? सुद्दबिद्द उडाली होती त्याची. फाँ फाँ करीत मोटारी केव्हा अंगावरनं जात होत्या हे त्याला कळत नव्हतं. सायकलवाले पालथे पडून सायकली मारीत होते, त्याच्या गाडीला घासून जात होते. तरी त्याला समजत नव्हतं. "उदं गं आईऽऽ उथंऽऽऽ" असा एकसारखा घोष होत होता, त्याच्या कानांवर आदळत होता, तरी त्याची त्याला दखल नव्हती. त्याला त्या भोकरीखालच्या बापूची गाडी दिसत नव्हती म्हणून त्याचं मन बावचळून गेलं होतं, सारं चलबिचल झालं होतं. बापूला गाठायला त्यानं गाडी चौक सोडली होती. वाटेत त्याला दुसरी गाडी भेटे ती तोडून तो पुढं जाई. अशा एकसारख्या गाड्या लागत होत्या. पळापळी होत होती, बैल दबावले जात होते.

आणि गाड्या मागं पडत होत्या. अशा गाड्या तोडत तोडत तो चालला होता. मध्येच त्यानं किसनाला विचारलं, "किसना, ती-ती दिसतीया ती गाडी कुणाची रं?"

"कोंची? ती? हांऽऽ हां- ती व्हय? अरं, ती बस्सान बाळूची जनू."

"अन् त्याच्याफुडची?"

त्यासरशी किसन ओरडला, "बाळू, दबाव, दबाव खोंडास्नी! बाप्याची गाडी दिसतीया का तुला? तीऽऽ बग- सगळ्यांच्या म्होरं न्हाई का ती? आरं, त्या तळ्याच्या आल्याड."

बाळूनं खोंडांच्या पाठीवर हात ठेवला आणि अर्धवट वाकून "हॉकीऽऽ हॉकीऽऽ" असं बैलांना उसकत त्यानं चार कोयंडे उडवले. त्यासरशी खोंड घोड्यागत लांबडे झाले. पाय भुईला ठरंना. पाळणा हलल्यागत गाडी हलू लागली. म्हातारी जीव मुठीत धरून बसली. बावकडा तिच्या डोक्याला बडवत होता. बसल्या जागी हबकून हबकून तिचं सारं अंग सुबकून निघालं. पोराला पोटाशी धरता धरता तिच्या सुनेला व्हारोव्हार झालं. पायानं निघालेले लोक गाडीचा आवाज ऐकून आपोआप बाजूला होत, वाट करून देत... बांधानं देवाचा साप चालला की गवतानं भांग द्यावा तसं. आणि मग कोण कौतुकानं बघत, कोण शिव्या हडसत.

पत्त्या नाही ते बस्सान बाळूची गाडी त्यानं मागं टाकली. आणि तीन-चार गाड्या मागं गेल्या. मग एक हानमजोडी लागली. बाळू जवळ आला तशी तीही गाडी उधळली. मग बाळूनं कोयंडा हवेत गरगर फिरवला तसे खोंड उठले. चार चाबूक ओढले आणि गाडी चौक पडली. बाळूची गाडी उजव्या अंगानं वाजत आली तसे चाबूक फडाफड वाजू लागले. जरा चुणूक दिसली न दिसली आणि बाळूची गाडी वाऱ्यागत पुढं गेली.

त्याच तावात किसन बोट दाखवून म्हणत होता, "ही बग, ही बग, ही काय ही बाप्याची गाडी."

बापूच्या गाडीला गाडी येऊन भिडली तसे बापूचे खोंड सावध झाले. ही खिलारी, खडमी जात लई कडवी. त्यांनी कान टवकारले. उजव्या सोग्याच्या खोंडानं मागं ध्यान लावलं आणि बाळूच्या डाव्या सोग्याच्या खोंडानं गाडी उजव्या अंगाला ओढली. तसंच बापूच्या गाडीतून कोण तरी ओरडलं, "अरं बापू-बापू!"

माणसं बाजूला झाली. म्हातारी खुट्ट्याला घट्ट धरून बसली. सुनेनं पोर पोटाशी धरलं. मागच्या सायकली, टांगे, मोटारी मागच्या मागं राहिल्या आणि 'हुय्यो' असा एकच आवाज झाला. चाकं खडाडली- रस्ता थरारला.

बापूची जोडी दम खाऊन उधळत होती आणि बाळूचे खोंड इस्त्यच्या खेंडागत तापले होते.

अंगाला अंग लावून गाड्या चालल्या होत्या. चाकाला चाक घासत होतं. जू ला जू जुळलं होतं. फटाकड्यागत चाबूक वाजत होते. बैल भुईसपाट हून पळत होते. पाय जमिनीला लागत नव्हता. वाऱ्यागत गाड्या सुटल्या होत्या. चाकं भिंगरीगत फिरत होती.

बाळूनं डोक्याचा पटका उधळला.

बापूनं छत्री बैलांच्या पाठीवर धरली.

चेंडवागत बैल उशी खाऊन चालले. झणपण उडाली. आणि - आणि रस्ता दचकला, शहारला, थरारला.

दोन मोठे मोठे डोळे असलेली मोटार समोरून एक वळण घेऊन वेगानं येत होती.

बाळू आणि बापू यांचे डोळे गप्पकन मिटले. काळीज लक्क केलं. छातीत धडकी भरली. तोच सुरुंग उडावा तसा आवाज झाला.

मोटारीचे दोन्ही डोळे फुटले. गाडीतली माणसं कुठल्या कुठं फेकली गेली. हाडांचा चुरा झाला. एका बैलाची शिंगं मोडली होती. रक्ताची पिचकारी उडत होती... आणि बाळूचं पोर...

ते कवळं मांस रस्त्यावर विस्कटलं होतं.

घटकाभर माणसं थबकली, गोळा झाली आणि मग पूर्वीसारख्याच झुंडीच्या झुंडी पुढं सरकू लागल्या. मुंग्यांगत रीघ लागली आणि "उदं गं आईऽऽ उदंऽऽ"असा घोष उठला.

□

मी फेडलेले एक कर्ज

आता मी पन्नाशी ओलांडली आहे, पण अजूनही कोणाचे चार पैसे द्यायचे असले तर मी अगदी अस्वस्थ होऊन जातो. कधी एकदा त्या कर्जातून मुक्त होईन असं होऊन जातं. गेल्या पन्नास वर्षांत इतके उन्हाळे आणि पावसाळे पाहूनही या बाबतीत माझं मन काही निबर झालं नाही. ते अजूनही कोवळंच राहिलं आहे. बालपणापासून त्यात काही बदल झाला नाही. कुणाचंही देणं असलं की मी अगदी बेचैन होतो. यासाठी शक्यतो मी कोणाचं देणं ठेवत नाही. सगळे व्यवहार रोखीचे करतो. या बाबतीत लहानपणापासून माझं मनच भित्रं आहे. विलक्षण भित्रं. अगदी सशासारखं! अशा या भित्र्या बालवयात एक कर्ज घेतलं आणि ते कसं फेडलं ही एक कथाच आहे.

त्याचं असं झालं... मी मराठी चौथी पास झालो; आणि त्यापुढील शिक्षणाची सोय आमच्या गावी नसल्यामुळे मला गडहिंग्लजला जाऊन एका नातेवाइकांकडं राहावं लागलं. गडहिंग्लजला हायस्कूल होतं – मॅट्रिकपर्यंतच्या शिक्षणाची सोय होती. तिथल्या हायस्कूलमध्ये नाव घातलं. मराठी पाचवी आणि इंग्रजी पहिलीच्या वर्गात मी दाखल झालो. सत्तर मैल दूर असलेल्या या तालुक्याच्या गावी मी आलो तेव्हा परमुलखात मन काही रिझत नव्हतं. घरची, आईची आठवण यायची. एकटं एकटं वाटायचं. तसं वयही लहान होतं. आईला सोडून दूर राहण्याइतका मोठा नव्हतो, पण शिक्षणासाठी इथं राहणं भाग होतं. नवी सून नांदायला सासरी जाते तसा आलो होतो. आई-वडिलांविना पोरक्या पोरासारखा दिवस कंठत होतो. या परक्या मुलखात माझं मायेचं असं कोणी नव्हतं. कोणाजवळ हट्ट करावा, काही हक्कानं मागून घ्यावं अशी कोणी व्यक्ती नव्हती. मला अगदी वनवाश्यासारखं वाटायचं; पण त्याला इलाज नव्हता. शिक्षण घ्यायचं तर हे दिवस कंठणं भाग होतं. जाणारा एकेक दिवस मोजत मी तिथं राहून शिक्षण घेत होतो. दिवाळीच्या

आणि उन्हाळ्याच्या सुट्टीला तेवढा घरी यायचो आणि पुन्हा वनवासाला जायचो.

अशी दोन वर्षं गेली. या परक्या मुलखातही हळूहळू मन रुळत गेलं. नवे मित्र जोडले. त्यांच्याबरोबर बोलू लागलो, खेळू लागलो. त्यात काही श्रीमंत पोरं होती. त्यांच्याबरोबर कधी कधी हॉटेलात जाऊन शिरा-पोहे खाऊ लागलो. पैसे ते देत होते. मित्र म्हणून मला खाऊ घालत होते. इथंच माझं चुकलं. मला हॉटेलच्या त्या खाण्याची चटक लागली.

मराठी सातवी आणि इंग्रजी तिसरीच्या वर्गात होतो. या अशा पोरवयात भूकही विलक्षण लागते. मी तर भुकेनं सदैव वखवखलेला असायचो. परक्या घरात होतो. हक्कानं काही घेऊन खाता येत नव्हतं. दोन वेळा समोर जे येईल तेवढंच गिळायचं. अक्षरशः ताट पुसून जेवत असे. ताटात एखादा पदार्थ मी टाकला आहे, असं कधी होतच नसे. भूकच इतकी असायची की दिसेल तो पदार्थ मी फस्त करायचो. भाकरी असो – पोळी असो, शिळी असो किंवा ताजी असो, जे ताटात पडेल ते मी हपापून खात असे. समोर दिसेल तो पदार्थ पोटात कोंबत असे. अशी विलक्षण भूक होती. दोन वेळा घरात जेवूनही भूक काही भागायची नाही. बाहेरचे हॉटेलमधले पदार्थ मोह घालायचे.

आमच्या शाळेच्या फाटकाजवळच एक हॉटेल होतं. काही श्रीमंत पोरांबरोबर तिथं मी जात असे. हळूहळू माझं तिथं वळण पडलं. बाळू नावाचा एक माणूस त्या हॉटेलचा मालक होता. तो मला ओळखू लागला. मी माझ्या नावाचं त्या हॉटेलात खातं उघडलं. कशाच्या जिवावर मी हे खातं उघडण्याचं धाडस केलं कळत नाही, पण खातं उघडून मी बिल करू लागलो. खाण्याची चटकच लागली होती. तिथले ते कांदापोहे, शिरा, मिसळ मला काही गप बसू द्यायचे नाहीत. मधली सुट्टी झाली की माझे पाय आता तिकडे ओढूनच न्यायचे.

होता होता माझ्या खात्यावरची बाकी वाढत चालली. बाळूनं म्हणजे हॉटेल मालकानं बिलाचा तगादा लावला. मी खात असतानाच मला एकदा तो म्हणाला, "बिल कवा भागवणार?"

मी म्हटलं, "पंधरा दिवसात देतो."

"बाकी लवकर चुकती करा!" हे वाक्य तो अशा सुरात बोलला, की त्या सुराला सुरीसारखी धार होती. मला ती जाणवली, काळजाला झोंबली आणि माझ्या डोळ्यांपुढं मला चांदण्या दिसू लागल्या. एक मोठं प्रश्नचिन्ह आ वासून समोर राहिलं : हे बिल द्यायचं कसं?

मी कफल्लक होतो. एक तांबडा पैसाही माझ्याजवळ नव्हता. पैसा कोठून मिळेल ही आशाही नव्हती. माझ्या हक्काचं असं कोणीच माणूस इथं नव्हतं. घरी पत्र घालून मनीऑर्डरीनं पैसे मागवण्याची अक्कलही नव्हती त्या वयात. मनीऑर्डर

वगैरे या गोष्टीच मला माहीत नव्हत्या. पैशाचे असले व्यवहार कधी केलेच नव्हते. बाळूच्या त्या मागणीनं मी पुरा हबकून गेलो. एक चिंताच मनाला लागून राहिली. अभ्यासावरचं लक्ष उडालं. दुसरं काही सुचेना झालं. रोज मधल्या सुट्टीत न चुकता जे पाय मला बाळूच्या हॉटेलात ओढून न्यायचे ते पायही गळल्यासारखे झाले. बाळूचा तगादा चुकवण्यासाठी मधल्या सुट्टीत मी शाळेतच बसून राहू लागलो. शाळेला जाता-येता त्याची नजर चुकवून मी फाटकातून निसटू लागलो. खाणं-पिणं सोडून दिलं. भूक मारू लागलो.

हॉटेल वर्ज्य करून चार-आठ दिवस झाले, आणि मी हॉटेलात यायचा बंद झालोय हे बाळूच्या लक्षात आलं. चुकवाचुकवी करणारी गिऱ्हाइकं तो बरोबर हेरायचा. काही अशा गिऱ्हाईकांना दम देताना मीच स्वत: अनेक वेळा पाहिलं होतं. त्यामुळं तर मी फार गडबडून गेलो होतो. एक दिवस पटकन मी फाटकातून पसार होणार एवढ्यात बाळूची हाक आली. साधी नाही, दणकेबाज हाक! तो ओरडला,
"एऽऽ पाटला, हिकडं ए!"

आता जाणं भागच होतं. जीव मुठीत घेऊन मी जवळ गेलो. कोकरागत उभा राहिलो. खालपासून वरपर्यंत मला न्याहाळत तो म्हणाला,

"का, चुकवाचुकवी कराय लागलाया? हॉटेलात येणं बंद केलं. हे बघ, कमरेची चड्डी काढून घेईन! परीक्षा संपायच्या आत सगळं बिल चुकतं केलं पायजे."

त्यानं चांगलाच दम भरला. माझी हबेलंडी उडाली. वार्षिक परीक्षा पंधरा दिवसांवर आली होती. त्यापूर्वी बिलं देणं भाग होतं. एकूण माझं बिल होतं तीन रुपये चाळीस पैसे; पण त्या काळात हे एवढं बिल म्हणजे थोडं नव्हतं. प्राथमिक शिक्षकांना तेव्हा महिना चार रुपये पगार होता. त्यात त्यांचा संसारही ठीक चालत असे. आता हे एवढे पैसे आणायचे कोठून?

एकदा एका रविवारी आठवडी बाजारात मला चार आणे सापडले होते. त्या गोष्टीची आठवण झाली आणि बाजारच्या दिवशी बाजार उलगल्यावर काही सापडेल या आशेनं चांगला अंधार पडेतोवर मी बाजारपेठेत हिंडत होतो. खाली पायांकडं बघून चालायचं. अनेक चकरा मारल्या – पण काही सापडलं नाही. एक पैसा मिळाला नाही. नशीबच धड नव्हतं तर काय मिळणार?

परीक्षा जवळ येईल तसा मी आत आत येऊ लागलो. जिवानं हायच खाल्ली होती. माझी ही अवस्था माझ्या एका श्रीमंत मित्रानं ओळखली. प्रभाकर भडगावकर म्हणून एक मित्र होता – माझ्याच वर्गातला. त्याच्याजवळ पंधरा-वीस रुपये नेहमी असायचे. एक दिवस तोच मला म्हणाला,

"मी उसने दिले असते, पण तू परत कसे करणार?"

मी म्हटलं, "घरी मिळतील. सुट्टी संपून पुन्हा आलो म्हणजे तुझे देईन."

त्यानं विचारलं, "पण तू पुढच्या वर्षी इकडं आलाच नाहीस तर?"

मी म्हटलं, "असं कसं होईल?"

"न व्हायला काय?" असं म्हणून तो बोलला, "समजा, तुझी तिकडंच कुठं सोय झाली आणि तू आलाच नाहीस, तर काय करणार?"

त्याची शंकाही बरोबर होती. यावर आम्ही दोन दिवस विचार केला. एक तोडगा सुचला. मी त्याला म्हणालो, "असं करू या का?"

"कसं?"

"तू हे बिलाचे पैसे दे. सुट्टी लागल्यावर माझ्याबरोबर माझ्या गावी चल. तोही खर्च तू कर. तिथं गेल्यावर तुझ्या जाण्या-येण्याच्या भाडेखर्चासह सगळे पैसे मी देतो."

आम्ही मित्र होतो. त्याची मी अशी आळवणी केल्यावर त्यालाही माझी दया आली. त्याला घरी तसं स्वातंत्र्यही होतं. त्यानं माझं कर्ज फेडलं. तीन रुपये चाळीस पैसे बाळूला एका रकमेनं दिले. मला त्या दिवशी त्या कर्जमुक्तीचा विलक्षण आनंद झाला. डोळ्यांतून घळाघळा आनंदाश्रू ओघळले. जणू मी एक लाखाच्या कर्जातून मुक्त झालो होतो. मुख्य म्हणजे माझी चड्डी शाबूत राहिली होती.

परीक्षा संपली. सुट्टी लागली. हा प्रभाकर त्या कर्जाच्या वसुलीसाठी गडहिंग्लजहून माझ्याबरोबर कोल्हापूरला आला. आम्ही एक दिवस कोल्हापुरात राहिलो. दुसऱ्या दिवशी त्याला घेऊन मी एका खेड्यात गेलो. तिथं माझी एक थोरली बहीण होती. तिची माझ्यावर आईपेक्षाही माया होती. तिचा मला आधार वाटत होता. मी गेलो तेव्हा ती शेतात काम करीत होती. प्रभाकरला घेऊन मी त्या शेतात गेलो. मी असा अवचित आलो हे बघून ती चकित झाली, हरखूनही गेली. धावत येऊन मला पोटाशी धरत म्हणाली, "असं अचानकच कसं आलास? मला भेटावंसं वाटलं?"

मला काही बोलता येईना झालं. माझ्या दोन्ही डोळ्यांतून घळघळ नुसते अश्रू वाहू लागले. मी कसाबसा बोललो, "अक्का, मला दहा रुपये पाहिजेत. या मित्राचं मी कर्ज घेतलंय, जाण्या-येण्याचे सहा रुपये मोटारीचे आणि तीन रुपये चाळीस पैसे त्याच्याकडून घेतलेले, असे नऊ रुपये चाळीस पैसे द्यायचे हैत."

"बाबा, वीस का असंनात, मी देते की, रडतोस का असं?"

माझा जीव भांड्यात पडला. गाडीखर्चासह एकूण दहा रुपये मी प्रभाकरला दिले. दोन दिवस त्याला ठेवून घेतलं. चांगलं खाया-प्यायला घातलं आणि तिसऱ्या दिवशी मोटारीत बसवून त्याला निरोप दिला. कर्जफेडीतून मुक्त झालो. एकूण तीन रुपये चाळीस पैशांचं हे देणं अशा अजब रीतीनं फेडलं आणि त्यानंतर आजतागायत कधीही आणि कोणत्याही हॉटेलात मी खातं उघडलं नाही.

□

घात

मला गाडी घेऊन जवळजवळ सहा वर्षं झाली आणि स्वत: ड्रायव्हिंग करायला लागून पाच वर्षं तरी लोटली आहेत. या पाच वर्षांत मी गाडीनं खूप प्रवासही केला. गाडी चालवण्याची आता कधी धास्ती वाटत नव्हती. पुण्यातला टिळकरोडसारख्या गजबजलेल्या रस्त्यानंसुद्धा अतिशय सफाईनं गाडी चालवत असे. व्हीलवर एक विलक्षण हुकमत आली होती. मला स्वत:ला त्याचा अभिमानही वाटत होता. का वाटू नये? इतक्या वर्षांत माझ्या हातून कधी अपघात असा झाला नव्हता. मुलाबाळांसह गोव्याला जाऊन आलो. महाबळेश्वरला तर अनेक वेळा गेलो. रात्री-अपरात्री प्रवास केला – पण चुकूनही मी कधी अपघात केला नव्हता आणि तो कधी होईल ही कल्पनाही आता मनाला शिवत नव्हती. याचा अर्थ मी गाफील होतो असा मुळीच नव्हे. उलट मी अतिशय सावध असे. अपघात आपल्याच चुकीमुळे घडतात असं नसून इतरांच्या चुकीमुळेही ते घडतात हे मी जाणून होतो आणि म्हणूनच वाजवीपेक्षा मी अधिक सावध असे. वेगाचा मला मॅनिआ नव्हता. वेगाला मी कधीही जिंकू दिलं नाही. हॉर्न वाजवण्याचाही कधी कंटाळा केला नाही. सदैव जागतं भान, नियमांचं काटेकोर पालन आणि सरावानं आलेली हुकमत यामुळे अलीकडच्या काळात अगदी किरकोळ अपघातही कधी केला नव्हता. अपघात हा शब्दच विसरून गेलो होतो, तो कधी घडेल असं स्वप्नातही वाटलं नव्हतं; पण तो घडला.

आता कसा, काय, हे काय सांगू? दैवयोग म्हणायचा – दुसरं काय? केवळ दैवयोग! आपलं नशीब!

आज बरोबर चार महिने झाले या गोष्टीला. रविवारचा तो दिवस! आयुष्यात तो कधीही विसरणं शक्य नाही. त्याची आठवण बुजेलच कशी? रविवार – सुट्टीचा दिवस. सकाळी उठलो. चहा वगैरे झाला. जरा पेपर चाळले आणि नऊच्या

सुमाराला मटण आणायला म्हणून बाहेर निघालो. रिव्हर्स टाकून गाडी बेतानं फाटकाबाहेर काढली, तोच कानावर हॉर्न आला. ती दुसरी गाडी जाईतोवर थांबलो. सवयीनं दोनदा हॉर्न वाजवला आणि गाडी वळवून अगदी हळू गतीनं मी हमरस्त्यावर आलो. तोच माझ्या समोरून दोघा-तिघांनी एकदम ओरडा केला, "अहो, अहो, अहो..."

– आणि त्याच क्षणी माझ्या गाडीखालून कुणा पोराच्या किंचाळण्याचा आवाज आला.

माझ्या काळजाचं पाणीच झालं.

आधी कचकन ब्रेक लावला. गाडीच्या पुढच्या चाकाखालून किंचाळणं ऐकू येत होतं. चिळकांड्या उडाव्यात तसे अनेक स्वर त्यातून फुटत होते. कुणीतरी एक जीव चाकाखाली सापडलाय या कल्पनेनंच मी गुदमरून गेलो. काळीज लखलखू लागलं. ब्रेकवरचा पाय थरथरू लागला. एकदम माझ्या अंगातलं सगळं अवसानच गेल्यासारखं झालं. दरदरून घाम फुटला आणि समोरून धावत येणारे लोक ओरडत होते, "गाडी मागं घ्या – गाडी मागं घ्या."

कसाबसा मी गिअरला हात घातला. गिअरच पडेना. त्या क्षणी मी भांबावलो, इतका गोंधळलो, की गाडी रिव्हर्स घ्यायची म्हणजे काय करायचं हेच कळेना. फक्कन दिवा विझवावा आणि समोर अंधार पसरावा तसं काहीतरी झालं आणि इतक्या वर्षांची सरावानं मिळवलेली हुकमत एकदम कुठंतरी लुप्त झाल्यासारखी झाली. ड्रायव्हिंगचं सारं ज्ञानच एकदम विसरून गेलो. पळभर मेंदूला ताण दिला – स्मरणशक्तीला चाचपून पाहिलं. त्या क्षणी सगळे मला सोडून निघून गेले होते. माझ्या सहाय्याला एकही मज्जातंतू धावून आला नाही. ओढवलेल्या संकटातून बचावण्यासाठी माझ्यातलं असं कुणी जवळ राहिलंच नव्हतं. मला सदैव साथ देणारं माझं प्रसंगावधान गळून गेलं होतं. माझं जागतं भान आणि कौशल्य त्या एका क्षणात पसार झालं होतं. त्या संकटाच्या क्षणी होतो मी केवळ एकटा... या सगळ्यांनी टाकून दिलेला एकटा. ज्ञान आणि स्मृती हरपल्यावर मागं राहणारं एक धड!

समोरून लोक ओरडत होते, इशारा देत होते. गाडीखालून ते करुण किंचाळणं कानावर येत होतं. लोक ओरडत होते, "गाडी मागं घ्या-गाडी मागं घ्या." कशी घेऊ? माझी थरथरणारी गात्रं आंधळ्यासारखी चाचपडत होती. मी गिअर खाली-वर करीत होतो. फ्लो तुटलेल्या गाडीचा स्टार्टर ओढीत होतो, इग्नेशन की फिरवून पाहत होतो; पण काय केलं पाहिजे हेच नेमकं समजत नव्हतं. निरुपायाच्या त्या केविलवाण्या जाणिवेनं मी एकदम पोरका झालो. आयुष्यात इतका हतबल मी कधी झालो नव्हतो. माझी मलाच कीव आली. पण करू काय? मला काहीच सुचत

नव्हतं. हँडब्रेक लावून खाली उतरावं तर काय बघायला मिळेल या कल्पनेनंच जीव धास्तावला. मी न पाहिलेलं रक्त आणि विस्कटलेलं मांस माझ्या डोळ्यांपुढं आलं... पळभरच तो भास झाला आणि माझा घसा एकदम कोरडा पडला. कसाबसा एक आवंढा गिळला आणि निराश, हताश, सुन्न होऊन बसून राहिलो. आता दैवात असेल ते निमूटपणे भोगायचं... माझं हताश मन असं नपुंसक झालं – षंढ बनलं.

इतक्यात समोरून धावत येणारे लोक गाडीला भिडले. प्राण सगळे डोळ्यांत आणून मी पाहू लागलो. कुणीतरी एकजण पुढं झाला. मुलाला ओढून बाजूला घेतलं. पोर अवघं सात-आठ वर्षांचं होतं. मी धीर करून नीट डोळ्यांनी न्याहाळलं. रक्ताचा कुठंही मागमूस नव्हता; पण पोर थरथरत होतं, रडत-भेकत होतं. लोकांनी त्याला उभं केलं. दोन्ही पायांवर ते उभंही राहिलं. मग मीही हँडब्रेक लावून खाली उतरलो. एक मोठंच संकट टळलं होतं. चाक अंगावर चढलं असतं तर? तसं काही घडलं नव्हतं, हे ज्या क्षणी कळलं त्या क्षणी तो विझलेला दिवा पुन्हा लागला. पळून गेलेल्या त्या सगळ्या शक्ती पुन्हा माझ्याकडं धावून आल्या. प्रसंगावधान ओळखून मी पुढं झालो. त्याचे हात-पाय हलवून पाहिले. लोकांना हे दिसावं म्हणून मुद्दामच केलं. लगेच एक-दोघंजण म्हणाले,

"काही विशेष लागलं नाही."

मला मात्र त्याच्या कमरेजवळ आणि जरा मांडीचा भाग खरचटलेला दिसत होता. एका खुब्याला पोर हात लावू देत नव्हतं. माझ्यातल्या सगळ्या शक्ती आता काम देत होत्या. मी आजूबाजूला पहात विचारलं,

"कुणाचा मुलगा?"

कुणीतरी एकजण बोललं, "आहे कागद गोळा करणाऱ्या एका बाईचा. रस्त्यावर अशी पोरं सोडती आणि कागद गोळा करत हिंडती."

पोर गरिबाचं होतं हे एक बरंच होतं. जवळच्या एखाद्या बंगल्यातलं असतं म्हणजे पंचाईत झाली असती. त्या क्षणी मी सहज आजूबाजूला पाहिलं. लोकांनी हां हां म्हणता किती गर्दी केली होती! माझ्या गाडीभोवतीच वीस-पंचवीस लोक गोळा झाले होते. भोवतालच्या बंगल्यांतील स्त्री-पुरुषही बाहेर येऊन पाहत होते. कोणी घोळक्यांनी गच्चीत, सज्जात उभे होते, तर कोणी खिडकीशी गोळा झाले होते. या सगळ्यांना अपघाताचं वृत्त लगेच कसं कळलं कुणास ठाऊक! एक-दोन मिनिटांतच या सगळ्या गोष्टी घडल्या होत्या. इथं आता फार वेळ रेंगाळणं हिताचं नव्हतं. एवढ्यात एक बाई ऊर बडवत आली. त्या पोराची ती आई होती. मीच पुढं होऊन म्हणालो,

"बाई, घाबरू नका. काही झालेलं नाही. मुलाला घेऊन तुम्ही गाडीत बसा.

आपण डॉक्टरांकडं जाऊ.''

माझ्या या बोलण्याचा त्या गर्दीवर इष्ट तोच परिणाम झाला. लोकांनीच तिचा आकान्त बंद केला. कुणी म्हणालं, ''बाई, भला माणूस हाय म्हणून लगेच डॉक्टरकडं घेऊन जातोय. दुसरा असता तर गाडी घेऊन पसार झाला असता. बस बाई पोराला घेऊन गाडीत.''

लेकराला पोटाशी कवटाळून ती म्हणाली, ''माझी येळ बरी रं बाबा भगवंता! न्हाईतर आज माझं वासरू गाडीखाली मरत हुतं.

एवढ्यात तिच्या ओळखीच्या किंवा नात्यागोत्याच्या तीन-चार बाया ऊर बडवत आणि तोंडांनी सूर काढतच धावत आल्या आणि गाडीला भिडून म्हणाल्या, ''कशी घातली रं बाबा गाडी पोरावर? असा कसा घात केला? एकुलतं एक पोर हाय की रं बाबा पोटाला तिच्या!''

''काही झालं नाही... डॉक्टरकडं घेऊन जातो. काही काळजी करू नका''– असं म्हणत कसंबसं त्या बाईला आणि पोराला गाडीत घेतलं. पटकन दारही लावलं. एवढ्यात एक सुशिक्षित मनुष्य मला इंग्रजीत म्हणाला,

''जनरल हॉस्पिटलमध्ये कुठं नेऊ नका. उगाच पोलीस केस आणि नाही ते लफडं मागं लागेल.''

अगत्यपूर्वक केलेल्या या सूचनेबद्दल त्या अनोळखी व्यक्तीचे आभार मानावेत म्हणून 'थँक्यू' असं म्हणालो आणि गाडी स्टार्ट केली. माझी सगळी गात्रं आता मला हवी तशी साथ देत होती. त्या गर्दीतून बाहेर पडलो. कुठं जायचं हे मनानं तत्काळ ठरवलं. अशा प्रसंगी आपल्या विश्वासातल्या डॉक्टरकडंच जाणं योग्य होतं. अशाच डॉक्टरकडं मी निघालो होतो. मात्र त्याचा दवाखाना खूपच दूर होता. बाईला काही शंका येऊ नये म्हणून मी मुद्दाम म्हणालो,

''बाई, जवळपास इथं डॉक्टर आहेत, पण मुलाला आपण चांगल्या डॉक्टरकडं घेऊन जाऊ.''

ती लगेच म्हणाली, ''व्हय, चांगल्या ठिकाणी चला. पोरगं लई इवळाया लागलंय हो मालक. हे बगा, हितं हात लावू देत न्हाई... आणि सूज बी आलीय की हो.''

''घाबरू नका,'' असा धीर देत मी म्हणालो, ''थोडा धक्का लागलाय. सूज येणार, थोडं दुखणार. पण आपण चांगले इलाज करू. डॉक्टर उत्तम आहेत. उत्तम औषध देऊ. तुम्ही काही काळजी करू नका. मी वाटेल तेवढा पैसा खर्च करून पोराला बरं केलं म्हणजे झालं ना?''

बाईनं डोळ्यांना पदर लावून एकदा डोळे पुसले आणि दोन्ही हात जोडून ती मला म्हणाली, ''चार वर्सांमागं ह्या पोराचा बा मेला. तवापासनं तोंडात मांस

धरल्यागत ह्येला जतन केलंय. माझं ह्याच्या आधीच एक थोरलं पोरगं औषिदाविना मेलं – आणि हे एकच मागं ऱ्हायलंय बघा.'' असं म्हणून ती बोलली, ''मालक, आज काय कमी-जास्त झालं असतं तर कुठलं हो मला पोरगं भेटलं असतं?''

मी समोरच्या आरशात पाहिलं. ती माऊली पोराला कुरवाळीत होती आणि तिच्या डोळ्यांतून पाण्याचा धारा वाहत होत्या. मीही फार अस्वस्थ झालो. थोडा वेळ गप्प बसलो. तिच्या दुःखाचा तो काळ ओसरू दिला आणि मग म्हणालो,

''माई, वेळ बरी म्हणायची.... तुमची आणि माझीही. इतक्या वर्षांत माझ्या गाडीला कधी अपघात झाला नव्हता. किडामुंगीसुद्धा कधी मी अजून चिरडली नाही. पण आज माझ्या नशिबी काय आलं असतं?'' असा प्रश्न करून अतिशय सावधपणानं मी पुढं म्हणालो, ''पोटची पोरं तुम्ही अशी खुशाल रस्त्यावर कशी सोडून देता? पाच-सहा वर्षांच्या मुलाला गाडी आणि घोडा काय कळणार? मुलांची काळजी आपण घ्यायची असते.''

पदरानं डोळे पुसून ती दीनवाण्या म्हणाली, ''आता काय सांगू मालक! पोर रस्त्यावर सोडायला काय आमाला हौस आलीया? पर ठेवायची कुठं ती? कचरकुंड्या पालथ्या घालून मी कागद गोळा करत हिंडते. मग पोराला कुठं ठेवणार? सकाळ सकाळ मिळालेलं शिळंपाकं त्याला देऊन म्हटलं, बस बाबा खात. नुकता असा तुकडा खात बसलं हुतं मालक.''

माझ्या बाजूचा एक पुरावा पक्का करण्याच्या दृष्टीने माझं सावध मन बोललं, ''पण नेमकं असं रस्त्यात कसं बसवायचं? जरा रस्ता सोडून कडेला नाही का बस म्हणायचं?''

यावर ती बोलली, ''मालक, पावसानं चिक्कल झालाय. सगळी दलदल झालीया. त्याला कडंला आणि कुठं बस म्हणू? रस्त्यावरच जरा कोरडी जागा बघून खात बस म्हटलं होतं.''

तिचाच धागा पकडून मी लगेच म्हणालो, ''मग बरोबर आहे. पोर खाण्यात गुंग असलं पाहिजे. कारण मी गाडी फाटकाच्या बाहेर काढली आणि दोन-तीनदा हॉर्न देऊनच पुढं निघालो होतो. त्याला खाण्याच्या नादात हॉर्न ऐकू आला नसावा. तरी बरं, मी अगदी सावकाश चाललो होतो. गाडी वेगात असती तर काय झालं असतं?''

दवाखाना येईतोवर काही गोष्टी मोठ्या कौशल्यानं मी तिच्या गळी उतरवल्या. चूक माझी नव्हती हे अगदी नकळत तिला पटवून दिलं. प्रसंग पडला तर आजूबाजूच्या बंगल्यातील लोक माझ्या बाजूनंच कशी साक्ष देतील हेही सांगितलं आणि सगळं माप पूर्ण तिच्या पदरात घालून वर म्हणालो,

''तरी काही काळजी करू नका. मी तुम्हांला वाऱ्यावर सोडणार नाही. औषधोपचारासाठी लागेल तो पैसा मी खर्च करीन, मग झालं?''

ती म्हणाली, ''व्हय मालक. गोरगरिबासाठी केल्यालं कुठं वाया जात न्हाई. पुण्य लागतं.''

एवढ्यात दवाखाना आला. गाडी उभी करून मी आधी आत गेलो. डॉक्टरांना भेटून हकिकत सांगितली. मला धीर देत ते म्हणाले, ''ठीक आहे. घेऊन या पेशंटला.''

डॉक्टरांनी सर्व तपासणी केली. पोर धड तपासू देत नव्हतं; पण एकूण त्यांना अंदाज आला. ते मला इंग्रजीत म्हणाले, ''तसं फ्रॅक्चर वगैरे काही दिसत नाही, पण नक्की काही सांगताही येत नाही. पोटही फुगलेलं दिसतं. असं करू – मलम आणि गोळ्या देतो. चार दिवस पाहू. डोंट वरी.''

मला पुष्कळच धीर आला. त्या दोघांनाही गाडीत बसवलं आणि गाडी सुरू होताच मी म्हणालो, ''आता काही काळजीचं कारण नाही बाई. ही औषधं भारी आहेत. चार दिवसांत बरं वाटेल. हे डॉक्टर साधे नाहीत, खास मुलांचे डॉक्टर आहेत. नुस्ती तपासणी फीच त्यांची वीस रुपये आहे.''

आपले दोन्ही हात जोडून ती मला म्हणाली, ''बरं झालं. त्यांच्या हाताला येस येऊ द्या. माझं पोरगं जगू द्या.''

''असं उदास होऊ नका. काही झालेलं नाही त्याला. आणि हे पहा, काही हाडालाबिडाला मार लागला असता तर पोर जागच्या जागी बेशुद्ध झालं असतं. हाता-पायांच्या हालचाली होतात. काही काळजीचं कारण नाही. तुमच्या डोळ्यांदेखत डॉक्टरांनी तपासलं ना सगळं? पाय हलवून पाहिला. कमरेवर त्यांनी बुक्क्यासुद्धा नाही का मारून बघितल्या? हाडाला काही धक्का लागता असता तर सोसलं असतं का त्याला?''

''मग तसं काय नसंल न्हवं?''

''मग काय सांगतोय तर! तस मुळीच काही नाही. इंजेक्शन तरी दिलं का त्यांनी?''

''व्हय की.''

''तसं काय असतं तर दिलं नसतं का?''

''व्हय की.''

''आणि घरी तरी सोडलं असतं का? काळजी करण्यासारखं काही असतं तर लगेच दवाखान्यात ठेवून घेतलं असतं. असतं का नसतं?''

''व्हय की.''

असा खूप धीर देऊन झाल्यावर मग मी विचारलं, ''तुम्ही राहता कुठं?''

ती म्हणाली, ''तुमच्या तिकडंच पर्वतीला झोपडपट्टीत ऱ्हातो मालक. हाय एक खणाची झोपडी.''

“आणि कोण कोण असतं घरी?”

“मालक जाऊन चार सालं झाली. आई एक हाय.”

“म्हणजे तुम्ही माय-लेक आणि आई?”

“व्हय. भाऊ एक हाय, पर त्यो शेजारी...”

“आणि काम काय करता?”

“काय काम करायचं? रस्त्यावर पडल्यालं कागुद गोळा करते. दिवसभर गोळा करावं तवा एक रुपया सुटतोय. तुमागत चार लोक शिळंपाकं देत्यात... कशाचं मालक जिणं आमचं! काल रातचं तर नुसतं एक बारा आण्याचं पीठ आणून पाण्यात कालवून तसंच खाल्लं बघा. काय त्याला मीठ-तिखट मिळतंय?”

यावर मी गप्पच झालो. डेक्कन जिमखाना आला आणि गाडी एका बाजूला उभी करुन मी त्या बाईला म्हणालो, “असं करा – हे पैसे घ्या. जरा केळी वगैरे काहीतरी घेऊन मुलाला खायला द्या.”

मी दिलेली दहाची नोट घेऊन बाई केळ्याच्या गाडीकडं गेली आणि थोड्या वेळानं परत येऊन म्हणाली, “मालक, लई म्हाग हैत. दीड रुपया डझन म्हणं.”

मी दिलेले पैसे खर्च करण्याचाही तिला धीर झाला नव्हता. मी म्हणालो, “असू देत महाग. आणा एक डझनभर. खाऊ द्या त्याला.”

तिला मी परत पाठवलं; पण एक डझनभर केळी न आणता मोठा धीर करून अर्धा डझनच आणली आणि बाकीची मोड परत देण्यासाठी तिनं हात माझ्यापुढं केला. मी आणखी एक दहाची नोट काढून तिच्या हातावर ठेवत म्हणालो,

“हे घ्या आणि चार दिवस मुलाला जरा चांगलं काहीतरी खाऊ घाला. त्या दुकानात जा. तिथं पेढे, बर्फी, चिवडा हे सगळे पदार्थ आहेत. काय मुलाला आवडेल ते थोडं घेऊन या.”

मी बोट करून दाखविलेल्या दुकानाकडे बघत ती उभीच राहिली. मी पुन्हा म्हटलं, “जा. तिथं सगळं मिळेल. काय हवं ते घ्या ना.”

मी दिलेले पैसे कपाळाला लावत ती म्हणाली, “कशाला मालक चिवडा-बिवडा ह्यात पैसा दवडायचा? ह्याच पैशाच्या कायतरी कण्या-घुगऱ्या शिजवून चार तिथं आठ रोज घालीन पोराला.” असं म्हणून ती आत येऊन गाडीत बसली.

गाडी सुरू झाल्यावर मी म्हणालो, “असं करा, मुलाला बरे वाटेतोवर रोज आमच्या घरचं जेवण घेऊन जात जा. आणि हे बघा, लोक काहीतरी शिकवतील. कुणाचं ऐकू नका.”

हात जोडून ती म्हणाली, “न्हाई मालक. कोण काय शिकवलं तर कसं आमी ऐकू? आता पोराचं आई-बा तुमीच व्हा आणि एवढं बरं करा बघा. मग काय नको आमाला.”

त्यांना घेऊन घरी आलो. तिची आई, तिचा भाऊ हे सगळे आमच्या फाटकातच उभे होते. त्यांच्या झोपडपट्टीतले इतरही काही लोक गोळा झाले होते. गाडी जवळ येताच त्या पोराच्या आजीनं हंबरडा फोडला. मी बाईला म्हणालो,

"बाई, तुम्हीच सांगा काही विशेष लागलेलं नाही हे - म्हणजे त्यांचा विश्वास बसेल."

त्या माऊलीनं माझं ऐकलं. त्या वीस रुपयांचे उपकारच तिला मोठे वाटत होते. खाली उतरल्याबरोबर सगळ्यांना तिनं गप्प केलं. कुणाला तिनं तोंडही उघडू दिलं नाही. मग मी म्हणालो,

"बसा. इथं विश्रांती घ्या. चहा करायला सांगतो. मुलाला एक गोळी आत्ता द्या. ते मलमही लावा. आणि जेवण होईल थोड्या वेळात. मग जेवण घेऊन मगच जा."

त्यांना खाली सावलीत बसवून जिना चढून मी वर आलो. त्या सगळ्यांसाठी चहा ठेवायला सांगितला, पाणीही पाठवलं आणि अंगावरचे कपडे बदलून मी कॉटवर पडलो-निपचित. हाता-पायांची हालचालसुद्धा करावीशी वाटत नव्हती. डोळेही उघडावेसे वाटत नव्हते. एखाद्या पालीसारखा गादीला चिटकून बिलगलो होतो. केवढं संकट टळलं होतं!

एखादं प्रचंड वादळ होऊन थैमान घालून जावं तसं झालं होतं. वादळ ओसरलं तरी पडझड मागं राहिली होती.

दुपारी एकच्या सुमाराला पत्नी म्हणाली, "उठा. थोडं खाऊन घ्या."

"त्या बाईला वाढून दिलं?"

"आपलं झाल्यावर देऊ."

मी म्हणालो, "नाही, तिला आधी वर बोलव. वाढून दे आणि मग आपण जेवू."

ती बाई वर आली. दिलेलं घेतलं आणि ती म्हणाली, "मालकाला बोलवा. माझी आई जरा भेटणार हाय."

बाहेर चाललेला हा संवाद माझ्या कानी आला. मनात आलं – तिची आई का भेटू इच्छिते? कोणी काही शिकवलं असेल? काही का असेना, भेटू व काय म्हणते पाहू, असा विचार करून मी बाहेर गेलो आणि तिच्या आईला विचारलं, "काय म्हणता आजीबाई?"

ती म्हातारी पुढं थरथरत्या मानेनं माझ्याकडे एकटक बघत म्हणाली, "लोक कायबाय शिकवित्यात. पर मालक, आम्ही म्हणालो, मागून एक भाकरी घेऊ. आम्हाला दुसरं काय नगो. पोरगं वाचू द्या. त्याला बघा. तुमीच त्याचं आई-बा व्हा. एवडं हात जोडून सांगाय आले." असं म्हणून ती एकदम खाली वाकली आणि

पाया पडून ढसढसू लागली.

एक म्हातारी बाई अशी पाया पडताना पाहून मला अगदी कसंसंच झालं. मी चटकन मागं सरून म्हणालो, "आजीबाई, असं काही करू नका. त्या पोराची जिम्मेदारी माझ्यावर. वाटल्यास पुन्हा घेऊन त्याला डॉक्टरकडं जाऊ. काही काळजी करू नका. जा तुम्ही."

त्या दुपारी मग मला जेवण गेलं नाही. रात्री धड झोप लागली नाही. सकाळी उठल्यावरही चिंता सुरू झालीच. चहासुद्धा होतो न होतो तोच ती बाई येऊन दारात उभी राहिली.

"काय बाई?" मी घाबरत विचारलं, आणि ती रडत म्हणाली,

"रास्सारी पोराला झोप न्हाई. अंगात ताप भरलाय..."

"मी डॉक्टरांना सांगून औषध घेऊन येतो."

"व्हय. अजून काय गोळ्यापिळ्या दिल्या तर बरं हुईल. सूजबी हाय बघा. आणि दुखतंय म्हनतंय."

"आता एक दोन-चार दिवस थोडा त्रास होणारच. पाहू. मी डॉक्टरांना भेटतो." वरकरणी मी धीर देत होतो, पण आतून मीही कोलमडलो होतो.

असे दोन-तीन दिवस गेले आणि मग एक दिवस ताप उतरल्याचं कळलं. चिंता, काळजी कमी झाली. असे तीन-चार दिवस गेले. मी रोज डॉक्टरांना भेटून रिपोर्ट देत होतो. डॉक्टरही म्हणाले, "आता काळजीचं काही कारण नाही."

मलाही थोडा धीर आला होता. चिंता दूर झाली असं वाटत होतं. आणि शनिवारी संध्याकाळी, कातरवेळेला त्या पोराची आई अचानक घरी आली. माझ्या काळजात चर्रचर्र झालं. मी उठून पुढं होत म्हणालो,

"का हो बाई, काय झालं?"

पदरानं डोळे पुसत ती कशीबशी बोलली, "आज दुपारपासनं तापच एकदम भडकलाय. तापानं नुसतं हुंबाय लागलंय बगा."

घरी क्रोसिनच्या गोळ्या होत्या. त्या देऊन मी म्हणालो, "यानं ताप कमी होईल. गेल्या गेल्या एक गोळी द्या. सकाळी त्याला घेऊन आपण डॉक्टरकडे जाऊ. आत्ता गेलो असतो. पण अंगात ताप आहे. वारा वगैरे लागेल. म्हणून आत्ता नको. या गोळीनं ताप नक्की कमी होईल."

दिलेल्या गोळ्या घेऊन बाई गेली. मला न राहवून मी डॉक्टरांना फोन केला. फोनवर ते म्हणाले, "क्रोसिन दिलं हे ठीक आहे. पण असा ताप का यावा हा एक प्रश्न आहे. मला वाटतं, आपण एक्स-रे वगैरे घ्यावा हे बरं. उद्या घेऊन या. पाहू."

डॉक्टरांचा स्वर हा नेहमीचा नव्हता. तो मला वेगळा वाटला. मी उदास झालो. ती रात्र फार वाईट गेली.

आणि भल्या सकाळी दारावरची बेल वाजली. दुधाच्या बाटल्या तर नुकत्याच आल्या होत्या. पेपरवाला तर नसेल? पण तो एवढ्या सकाळी कुठला येतोय? मग ह्या भल्या सकाळी कुणी बेल वाजवली?

मी दार उघडलं. पाहतो तर झोपडपट्टीतले चार-पाच लोक समोर उभे. त्या बाईचा भाऊही त्यांत होता. माझं काळीज चर्रर झालं. मी सुन्न होऊन पाहतच उभा राहिलो. खरं म्हणजे आतून उन्मळून पडलो होतो. नजरेला नजर देता येत नव्हती. कशी देणार? त्या बाईचा तो भाऊ आपल्या हाताच्या दोन्ही पंज्यांत तोंड लपवून स्फुंदत होता, हुंदके देत होता.

मी म्हटलं, ''काय झालं काय?''

''काय हुनार? घात झाला मालक, घात झाला! पोरगं गेलं. माझ्या भनीवर आभाळ कोसळलं! देवानं घात केला! ... मालक...''

पुन्हा फक्कन दिवा गेल्यासारखा झाला. मी विलक्षण भांबावलो. वाटलं, असा प्रसंग वैऱ्यावरसुद्धा येऊ नये.

नेमका आज रविवारच होता. माझ्या पत्रिकेतील घातवार... आता यातून निभावायचं कसं? माझ्या स्मृतीचा तळ ढवळला... बुडबुडे वर आले. सावधगिरी म्हणून मी एक गोष्ट केली होती. अपघात झाला त्याच्या दुसऱ्याच दिवशी बँकेत जाऊन कॅश दोन हजार घरात आणून ठेवले होते... वेळ आहे, प्रसंग आहे - लागले तर घरात असावेत म्हणून. ती कॅश आणतानाही एक काळजी घेतली होती, की पुडकी मोठी दिसावीत म्हणून सगळ्या दहाच्या नोटा घेतल्या होत्या.

या नोटांनी काम केलं.

त्या दोन हजारांच्या पांघरुणाखाली सगळं झाकून टाकलं. कुणाला संशय येऊ नये म्हणून त्या मुलाच्या आईनं आणि आजीनं काही काळ या बाजूला फिरकू नये असंही आपसांत ठरलं. म्हणजे कोणी विचारायला नको आणि सांगायला नको. त्या बाईच्या भावानं सारी जिम्मेदारी घेतली. छातीला हात लावून तो म्हणाला,

''काळजी करू नका. भल्या माणसाची अब्रू आमी घेनार न्हाई. आणि काई केलं तरी गेलेला जीव काय माघारी येनार हाय? नशिबाला दोस द्याचा अन् तळमळत गप्प बसायचं - दुसरं काय?''

सगळ मिटलं. जीव भांड्यात पडला. चार दिवस गेले आणि माझं स्वास्थ्यच हरपलं. रात्री-अपरात्री मी दचकून उठू लागलो. स्वप्नं पडू लागली. स्वप्नात कधी रक्ताच्या चिळकांड्या उडताना दिसायच्या. कधी ती म्हातारी गप्पकन माझे पाय धरते असं दिसायचं. एक स्वप्न तर मोठं विचित्रच पडलं. एका भल्या मोठ्या नागाला केळाची फणी दिसली. आणि हा नाग माझा पाठपुरावा करू लागला. तो अचानक समोर येऊन उभा राहायचा आणि ती केळाची फणी माझ्या नाकासमोर

डोलू लागायची. मी दचकून उठायचो. अंग घामानं भिजलेलं असायचं. आणि 'मालक, केळी लई म्हाग हैत' म्हणून सांगत येणारी ती माय दिसायची... पदरानं डोळे पुसणारी – लेकराला पोटाशी कवटाळणारी आणि 'तुम्हीच आई-बा व्हा' म्हणणारी.

माझी झोप उडाली. चार महिन्यांत माझं वजनही खूप घटलं. अपराधीपणाची जाणीव सारखी पोळत राहिली. त्या दोन हजारांनी तशी सुटका केली नव्हती – पांघरूण फक्त घातलं होतं. जगाला गुन्हा माहीत नव्हता, पण भोगायची ती शिक्षा मी भोगत होतो.

डोळ्यांपुढं सारखी आठवण नको म्हणून येईल त्या किंमतीला गाडीही विकायची ठरवली. विकणे आहे म्हणून जाहिरातही दिली. लोक येऊ लागले. आणि परवाची गोष्ट...

गाडीच्या ट्रायलला म्हणून आम्ही बाहेर पडलो. एक झोपडपट्टी आली. इशारा देत मी म्हणालो, ''जरा सावकाश हं. लहान मुलं असतात... जवळ झोपडपट्टी आहे म्हणून काळजी घेतलेली बरी.''

रस्ताही अरुंद होता. गाडी सावकाश निघाली. आणि मी एकदम म्हणालो, ''थांबवा, थांबवा.''

गाडी उभी राहिली. झटकन मी खाली उतरलो. माझा माझ्या डोळ्यांवर विश्वासच बसत नव्हता. ती बाई आणि ते पोर, हे दोघंही साक्षात माझ्यासमोर उभे होते.

गेले चार महिने मी सजा भोगत होतो – आतल्या आत झिजत होतो. माझ्या हातून पोराचा घात झाला म्हणून माझी झोप उडाली होती. रोज स्वप्नात त्या माय-लेकरांना मी पाहत होतो. दचकून उठत होतो.

– आणि आज माझ्यासमोर ते असे उभे होते!

□

ष्टोरी आणीबाणीतली

दत्ता हसलगेकर हा माझा फार जुना मित्र. आम्ही एकाच वर्गात होतो. एकाच वेळी बी.ए. झालो. कॉलेजमधून बाहेर पडल्यावर आमच्या वाटा फुटल्या. मी लेखनाकडे वळलो. त्यानं वाव मिळेल असा पेशा पत्करला. आमचे दत्तोपंत रेव्हिन्यूत गेले. त्यानं आपलं खातं बरोबर शोधलं. त्यासाठी आवश्यक ते सगळे गुण त्याच्यात होतेच. तसा तो सर्वगुणसंपन्न होता. अधूनमधून भेटला म्हणजे त्यातल्या गोष्टी सांगायचा. त्याचे सगळे पराक्रम ऐकण्यासारखेच असायचे आणि तो सांगायचाही मोठ्या चवीनं. आपण पैसा कसा खातो, इस्टेट कशी केली आहे, कोणाकोणाच्या नावावर ती कशी दाखवली आहे हे सगळं तो स्वत:च मला थोर तोंडानं सांगत असे. त्यात त्याला काही वाटतही नसे. रेव्हिन्यू खात्यात तो चांगलाच मुरला होता. धागेदोरे बरोबर हलवून क्लार्कचा तहसीलदार झाला होता. एक एफिशयंट ऑफिसर म्हणून खात्यात चांगलं नावही मिळवलं होतं. शासनाच्या सगळ्या योजना राबवण्यात त्याचा हात धरणारा दुसरा कोणी नव्हता.

असा हा माझा मित्र रेव्हिन्यूत गेल्यानं हळूहळू दुरावला. एकेक तालुका पदाक्रांत करीत तो सगळा जिल्हा काबीज करण्यात दंग झाला. क्वचित होणाऱ्या भेटीही बंद झाल्या. अलीकडं तर बऱ्याच काळात त्याची भेटच झाली नव्हती. तो कुठं आहे आणि काय, हेही मला माहीत नव्हतं. एकमेकाला आम्ही जवळजवळ विसरूनच गेलो होतो. इंदिराबाईंच्या आणीबाणीत मला त्याची काही वेळा आठवण झाली. काही संबंधितांच्याकडे मी त्याची विचारपूसही केली. फारसं काही कळलं नाही. मात्र तो जोरात आहे एवढं नक्की कळलं. पुढं आणीबाणी उठली. देशात नवं राज्य आलं. हुकूमशाही जाऊन लोकशाही आली आणि रेव्हिन्यू खात्यातील माझा हा मित्र एक दिवस अचानक माझ्या घरी येऊन दत्त म्हणून उभा राहिला. मला प्रथम ओळखूच आला नाही. मी त्याच्याकडे बघतच राहिलो. तो हसून म्हणाला,

“अरे काय, ओळखही विसरलास काय?”

आवाजावरून मी त्याला एकदम ओळखून म्हणालो, “दत्त्या, तू? अरे, काय गलेलठ्ठ झालायस रे! बैस, बैस. किती वर्षांनी भेटतोयस!”

पाय वर घेऊन आरामशीर बसत तो म्हणाला, “अरे, भेटायला सवड तर पाहिजे ना?”

“एवढा कशात दंग होतास?”

“शाबास!” असं म्हणून तो बोलला, “अरे, एवढी देशव्यापी आणीबाणी येऊन गेली याचा तुला पत्ताच नाही का?”

मी म्हटलं, “आणीबाणीचा पत्ता नसायला काय झालं? पण तुझा पत्ता कुठं होता?”

“आता आणीबाणीत आमचा पत्ता काय विचारतोस? आम्ही रेव्हिन्यूतले लोक. रात्रंदिवस झटत होतो बाबा. अंग खाजवायला सवड नव्हती.”

आणीबाणीतले त्याचे पराक्रम मला ऐकायचे होते. चहा वगैरे झाल्यावर मी त्याला म्हटलं, “काय, सांग जरा आणीबाणीतल्या गोष्टी. आणीबाणीत तू होतास कुठं?”

“कागल तालुक्याचा तहसीलदार होतो.”

“मग काय काय केलंस तिथं? नसबंदी गाजवली का नाही?”

“नसबंदी?” असं म्हणून तो बोलला, “संबंध जिल्ह्यात पहिला नंबर आमचा!”

“असं?”

“मग!”

“म्हणजे बरीच सक्ती केली असशील?”

“तर काय! लोक राजीखुषीनं नस कापून घेतात का?”

मी विचारलं, “काय काय केलंस मग?”

डाव्या हाताच्या तळव्यावर तंबाखू चोळत तो सांगू लागला, “सरकारनं टार्गेटच ठरवून दिलं होतं. प्रचार करून दमलो. एक दिवस कलेक्टर मला म्हणाला, ‘काय दत्तोपंत, तुम्ही एवढे एफिशयंट ऑफिसर! तुमचं टार्गेट पुरं होऊ नये?’ मी म्हटलं, “माझं टार्गेट पंधरा दिवसात पुरं करतो. हा माझ्या इभ्रतीचा प्रश्न आला.”

“मग काय केलंस?”

यावर हसून जरा डोकं खाजवत तो म्हणाला, “बाजाराचा दिवस आला. बाजार चांगला भरू दिला. आजूबाजूच्या आठ-दहा खेड्यांतले लोक बाजाराला आले होते. ऐन दुपारी दोन वाजता बाजाराची नाकेबंदीच केली. सगळ्या वाटा रोखून पोलीस उभे राहिले. म्हटलं, आता कसं टार्गेट पूर्ण होत नाही ते बघतो! सगळे खाजगी

ट्रक ताब्यात घेऊन ठेवले होते. माणसाला उचलायचं ते ट्रकात घालायचं. पळापळ सुरू झाली. पण पळणार कुठं? सगळ्या वाटा रोखलेल्या. पळून गेले तरी बरोबर पोलिसांच्या हातात सापडायचं. त्या दिवशी किती लोक पकडावेत?''

''किती पकडले?''

''तीन हजार एकशे एक्कावन्न लोक धरले!''

एक मोठा श्वास सोडून मी म्हणालो, ''अरे बाप रे!''

''बाप रे काय?'' असं म्हणून तो बोलला, ''पुढं पंचाईत आमची झाली.''

''ती कशी?''

''एवढ्या लोकांची नसबंदी करायला डॉक्टर कमी पडले. मग गावोगाव जिपा सोडल्या. धरधरून डॉक्टरांनाही आणलं. पण आता दुसरी पंचाईत झाली.''

मी विचारलं, ''आता काय अडचण आली?''

''अडचण?'' असं विचारून तो आपल्या डाव्या हाताच्या तळव्यावर उजव्या हाताचं एक बोट ठेवून वस्ताऱ्याला धार लावल्यागत ते मागं-पुढं करीत म्हणाला, महा अडचण! एवढ्या लोकांना क्लीन करायला न्हावी कोठून आणावेत हा प्रश्न पडला. असून असून गावात न्हावी किती असणार?''

''मग काय केलं?''

तो म्हणाला, ''न्हाव्याविना अडू दिलं नाही. ठार सगळ्या गावातले रेझर गोळा केले. कार्यकर्त्यांना म्हटलं, आता ही समाजसेवा मानून तुम्हीच रेझर घ्या. ''

''कार्यकर्ते?''

''मग! म्हटलं, हे पक्षाचंच काम आहे. जेवढे मिळाले तेवढे न्हावी आणि बाकीचे कार्यकर्ते यांना घेऊन हा प्रॉब्लेम सोडवला. कार्यकर्त्यांनी बऱ्याच लोकांचं रक्त काढलं.''

मी म्हटलं, ''दत्तोपंत, तुम्ही अगदी लाल क्रांतीच केली की!''

''अगदी रक्तरंजित! दुपारी तीनपासून दुसऱ्या दिवसाच्या रात्रीपर्यंत काम चालू होतं.''

मी विचारलं, ''ही एवढी ऑपरेशन्स केली कुठं?''

''एक हायस्कूल आणि एक कन्याशाळा ह्या दोन्ही इमारती ताब्यात घेतल्या होत्या.''

जरा गंभीर स्वरानं मी म्हणालो,'' ही अशी सक्ती करताना तुझ्या मनाला काही वाटलं नाही?''

''मनाला वाटून काय करणार? माझी नोकरी गेली असती बाबा. टार्गेट दिलं होतं.''

''मग झालं टार्गेट पूर्ण?''

पूर्ण?'' असं मलाच विचारून तो अभिमानानं म्हणाला, ''एकाच दिवसात टार्गेट ओलांडून पुढं गेलो! आता जिल्ह्यात नंबर आणायच्या मागं लागलो. पण बाजार भरेनासे झाले. बाजार बंद झाल्यावर आमची पुन्हा पंचाईत झाली.''

''मग काय केलं?''

तो हसून म्हणाला, ''यावर असा मार्ग काढला : आधी आमदार-बिमदार अशा लोकांचं भाषण ठेवायचं. गावात भाषणांची दवंडी द्यायची. लोक भाषणाला आले की पोलिसांचा गुपचूप गराडा घालायचा. पुढाऱ्याचं भाषण संपून वंदे मातरम् झालं की लगेच धराधर सुरू करायची. उचल की टाक ट्रकात. वंदे मातरम् झाल्यावर 'भारत माता की जय' म्हणायलासुद्धा आम्ही सवड देत नव्हतो. पण ही ट्रिक कळल्यावर पुढाऱ्यांच्या सभा होईनात. सभा ठेवल्या तर लोक येईनात. पुन्हा प्रॉब्लेम आला.''

मी विचारलं, ''मग हा प्रॉब्लेम कसा सोडवला?''

''त्याचं असं केलं,'' – असं म्हणून तो सांगू लागला, ''सिनेमाची एक टूरिंग कंपनी गाठली. या टूरिंग सिनेमावाल्यांना आधी पुढं पाठवायचं. चांगलं तमाशाचं पिक्चर लावायला सांगायचं. पिक्चर बघायला लोक आले आणि तंबू गच्च भरला, की पोलिसांनी वेढा द्यायचा. फार फार तर इंटरव्हल तेवढी होऊ द्यायची. मग पुढचा सिनेमा दुसऱ्या तंबूत!''

हे ऐकून मी म्हणालो ''अरे, या आणीबाणीत तुम्ही काय काय केलंय हे?''

त्याला वाटलं, मी हा त्याचा गौरवच करतोय. चेव यावा तसा तो बोलू लागला, ''अरे, काय सांगू तुला! एकाला असं धरून आणलं, तर गावातला एक सुशिक्षित तावातावानं लोकशाहीची भाषा करत माझ्याकडं आला. मला ज्ञान शिकवायला लागला. मी हवालदाराला नुस्तं खुणावलं. त्याबरोबर दोन पोलिसांनी त्याची उचलबांगडी केली आणि...''

एवढं बोलून तो हसतच राहिला. मी विचारलं, ''काय केलं काय त्याचं?''

तो म्हणाला, ''मी खुणेनं हॉलमध्ये न्या असं सुचवलं होतं. त्याला एका हॉलमध्ये नेऊन सोडलं. नुसतं सोडलं तर त्याला वेड लागायची पाळी आली. लागला ओरडायला – 'मला बाहेर घ्या. दार उघडा,' असं. कोणत्या हॉलमध्ये त्याला सोडलं सांगू?''

''कोणत्या?''

बारीक आवाजात तो हळूच बोलला, ''ऑपरेशनसाठी तयार केलेले लोक सगळे एका हॉलमध्ये कोंडले होते... भादरून क्लीन केलेले आणि अंगावर कसला कपडा नसलेले. सगळे नागवे हो! अशा पन्नास-साठ नागव्या लोकांत नेऊन त्याला दिलं ढकलून आणि दार केलं बंद. जे लागलं ओरडायला... म्हटलं, ओरड! दे

भाषण लोकशाहीवर!''

हे ऐकून माझ्या अंगावर काटा आला. म्हटलं, ''अरे, हा काय जुलूम?''

''हा काहीच नाही,'' म्हणून तो पराक्रम सांगू लागला, ''अरे, एकदा असं झालं – बरोबर पोलिसांच्या त्या जाळीच्या गाड्या घेऊन एका गावावर धाड घालायलाच निघालो होतो. मध्येच वाटेत साधूंचा एक तांडाच तांडा लागला. पन्नासएक साधू कुठल्या तरी एका तीर्थयात्रेला निघाले होते. सगळ्यांच्या अंगावर भगव्या कफन्या आणि प्रत्येकाच्या हातात त्रिशूळ. सैनिकांची तुकडी निघावी तसे अगदी तालबद्ध पावलं टाकीत ठेक्यावर चालले होते – तोंडानं 'अलख निरंजन' म्हणत. साधूंच्या या ताफ्याला बघून मी म्हटलं, ''गाड्या थांबवा. कशाला जायचं पुढं? यांनाच घेऊन जाऊ.'' लगेच पोलिसांनी वेढा घातला. ते गयावया करून म्हणाले, ''हम साधू हैं'' मी म्हटलं, ''आम्हाला चालतात. त्या सगळ्यांच्या हातांतले त्रिशूळ काढून घेऊन गाडीच्या टपावर टाकले आणि एकेकाला धरून कोंबला गाडीत. आरडाओरडा करीत ते विचारू लागले, ''कुठं नेता?'' आम्ही म्हटलं, ''यात्रेलाच!'' काहींनी विचारलं, ''ए कौनसी यात्रा?'' मी म्हणालो, ''आणीबाणीची यात्रा!'' त्यांना काही बोध होईना. एकानं विचारलं, ''ए आणीबाणी क्या है?'' मी म्हटलं, ''अब्बी दिखाता हूँ! जरा ठैरो!'' असं म्हणून तो हसत बोलला, ''त्या दिवशी एकजात त्या सगळ्या साधूंची नसबंदी केली. ते मला विचारू लागले, ''साब, आपने ए क्या किया? इसमें हमारा फायदा क्या?'' मी म्हटलं, ''तुम्हारा नही, लेकिन हमारा फायदा हाय!'' अशा एकेक गोष्टी! किती सांगू?''

मी म्हटलं, ''वा रे तहसीलदार!''

माझी चूक दुरुस्त करीत तो म्हणाला, ''मी आता तहसीलदार राहिलो नाही. असिस्टंट कलेक्टर झालोय.''

''म्हणजे बढती मिळाली तर?''

''आणीबाणीत कामच तसं केलंय! बाजारची नाकेबंदी करण्याची कल्पना माझी. पुढाऱ्यांची भाषणं ठेवून लोक गोळा करायची कल्पना माझी. टूरिंग थिएटरची कल्पना माझी. अशा अनेक नव्या कल्पना मी काढल्या. शिक्षकांचे पगार रोखा हे मीच सुचवलं होतं. फॅमिली प्लॅनिंगचा असा सपाटा मी लावला होता... सगळा तालुका हादरून सोडला. तुला सांगायची गोष्ट म्हणजे...'' असं म्हणून तो थांबला.

मी विचारलं, ''काय?''

''एक दिवस कलेक्टर साहेबच मला म्हणाले, 'अहो, तुमच्या नसबंदीची संख्या वाढलीय. ती तुमच्या तालुक्याच्या लोकसंख्येपेक्षा अधिक झालीय का हे तपासून बघा.' सांगायची गोष्ट म्हणजे, जेव्हा आम्ही तपासून बघितलं, तेव्हा

आम्ही आमच्या तालुक्याच्या लोकसंख्येचा आकडा ओलांडला होता!''

मी म्हटलं, ''ऐकावं ते नवलच आहे!''

त्याला पुन्हा चेव आला. तो म्हणाला, ''अशा किती नवलाईच्या गोष्टी सांगू? हे नुसतं एका फॅमिली प्लॅनिंगचं सांगून झालं... तेही वरवरचं – खोलात जाऊन नव्हे. अरे, ऐकावं ते नवलच आहे! काय काय सांगू? आणीबाणीची ष्टोरी फार मोठी आहे बाबा! त्याला सात दिवस असं रोज बसायला पाहिजे.''

मी माझे दोन्ही हात जोडून त्याला म्हणालो, ''धन्य ती आणीबाणी आणि धन्य तुम्ही अधिकारी!''

या माझ्या बोलण्यावर तो म्हणाला, ''आम्हाला कशाला क्रेडिट देता?''

''तर मग कुणाला देऊ?''

एक हात वर करून तो म्हणाला, ''अहो, धन्य ती गाय आणि धन्य ते वासरू असं म्हणा! त्या गाय-वासरानं सगळा धुमाकूळ घातला. आम्ही अधिकारी काय करणार? आम्ही वरच्या आदेशांचे धनी!''

□

नेमानेमी

गावाला दोन ओढे होते – एक धाकला आणि एक थोरला. त्यांतला थोरला ओढा फार घातकी होता. त्याला अचानक पूर यायचा आणि एखादी धुणं धूत असलेली बाई धारेला लागायची. बघताबघता घोट्याचं पाणी गुडघ्याला लागायचं. पाणी गुडघ्याला लागलं असे म्हणेतोवर मांड्या बुडायच्या. गडबडीनं पाऊल उचलावं तवर पाणी गळ्याला लागायचं. आणि पाणी एकदा गळ्याला येऊन भिडलं म्हणजे वाळूवर पाय ठरायचा नाही. पायाखालची वाळू निसटायची आणि बाई आडवी व्हायची. हीच गत अंघोळीला गेलेल्या पोरांची व्हायची. ओढा ओलांडतानासुद्धा बेसावध राहून भागायचं नाही. कसला आवाज न करता गुपचूप आधी पाण्याची सोंड यायची; आणि 'सोंड आली – सोंड आली' असं म्हणेतोवर ओढा दुथडी भरून वाहू लागायचा. अशा वेळी तिघं-चौघंजण असले तर एकमेकांच्या हातांच्या आधारानं कसंबसं निभावून वर यायचे आणि जर एकटा असला तर मधल्यामधंच हाप व्हायचा. मग माणूस असो, जनावर असो वा एखादी चालती बैलगाडी असो – ती अशी पुरात सापडली म्हणजे थेट गंगेला जाऊन मिळायची. दरसाल असा काही ना काही घोटाळा व्हायचा. सालोसाल हे चालत आलेलं होतं. त्याचा एक परिपाठच पडून गेला होता. पण बाळा परटासारखी गत कुणाची झाली नव्हती.

...बायको धुणं घेऊन ओढ्याला गेली होती आणि बाळा घर राखत बसला होता. काही ध्यानी नाही, मनी नाही आणि एकाएकीच पूर आल्याची बातमी येऊन थडकली. ओढ्याला पूर आलाय असं म्हटल्यावर बाळाचे हात-पायच गळाठले. त्याला बसलं तरी बसता येईना आणि उठलं तरी उठता येईना – अशी तऱ्हा झाली. तोवर लोक सांगत आले – "बाबा, तुझी बायको गेली!"

हां हां म्हणता बातमी ह्या कानाची त्या कानाला गेली. गावात सगळा दंगा

उसळला. ''परटीण गेली-परटीण गेली,'' असं जो तो एकमेकाला सांगू लागला, आणि परटाच्या घराभोवती माणसांचा गराडा पडला.

ह्या गोंधळातच दिवस खाली गेला. चार शहाणी माणसं सांगू लागली – असं आता घर धरून कसं भागेल? काहीतरी पुढच्या उद्योगाला लागायला पाहिजे. लागायला पाहिजे हे खरं; पण कुणी लागायचं? चार घरची धुणी बडवून दोन वेळची भाकरी खाणारा परीट! त्याला कुणाचं पाठबळ असणार? चार लोक धावून येतील आणि पुढं होऊन सगळं निस्तरतील असं म्हणायला तो काही गावचा पाटील नव्हता – इनामदार नव्हता. दु:ख करत बसायला त्याला फुरसत कुठली? आपणच हात-पाय हलवले तर चार लोकांची मदत व्हायची, असा मनाला ताळा घालून तो ओरडायचा थांबला. आतल्याआत दु:ख गिळून जो जमलेल्या चार लोकांना म्हणाला,

''बाबांनो, आता गप्प बसून भागायचं न्हाई. आम्हाला कोड्यात टाकून ती निघून गेली – पर कुठं गेली हे तर आता बघायला पाहिजे.''

शंका काढून एकजण बोलला, ''आता कुठं म्हनून तिला बगायचं गा? अजून वड्याचं पाणी वसारलं न्हाई.''

बाळानं विचारलं, ''मग काय नाद सोडून घरात गप बसता येतंय? किती केलं तर बायकू हाय ती. तिचा माग काढत जायला नगो?''

... आणि भल्या सकाळी चार लोक बरोबर घेऊन बाळा बाहेर पडला. ओढ्याच्या दोन्ही बाजूंना नजर देत माणसं पुढं निघाली.

सकाळ गेली, दुपार झाली. दुपार टळली आणि तिन्हीसांज झाली. माणसं नुसती चालत होती. परटिणीचा काही ठावठिकाणा लागत नव्हता. बरं, अमुक एका ठिकाणी असेल असंही काही सांगता येत नव्हतं. माणसानं नेलं तर त्याचा दूम तरी काढता येतो. पाण्यानं नेल्यावर काय कळायचं? नुसतं बघत जाणं भाग होतं. अखेर कडूसं पडलं तशी माणसं कंटाळली. रात्र झाली आणि चालणंच खुंटलं. नुसतं चालण्यात काय हशील होतं?

जवळच्या एका गावात जाऊन मुक्काम केला. एक रात्र काढली आणि पुन्हा सकाळी उठून माणसं पुढं निघाली. ओढ्याच्या कडेकडेनं चालायचं. वाट तरी लवकर ओसरती? पुन्हा सकाळ गेली, दुपार झाली. सगळ्यांची तोंडं वाळून गेली. परटानं तर आशाच सोडली. एवढी मेहनत घेऊन फुकट जाणार असं वाटू लागलं. एवढ्यात एके ठिकाणी कालवा ऐकू आला, आणि सगळ्यांचीच तिकडं नजर गेली.

ओढ्याच्या कडेलाच एक उसाचा फड दिसत होता आणि बांधाला जत्रा भरल्यागत माणसं गोळा झाली होती. तिकडं बोट करून एकजण म्हणाला,

"बाळा, समोर तिकडं गर्दी कसली दिसती गा? काय भानगड असंल?"

बाळा बघत राहिला आणि दुसरा एकजण बोलला, "दुसरी कसली भानगड? आपलीच भानगड दिसती."

बाळाच्या तोंडाला पाणी सुटलं. तो पुढं होऊन म्हणाला, "आता उचला पाय."

सगळेच भराभर त्या उसाच्या फडाकडं निघाले. समोर पोलीस, फौजदार बघून त्यांची खात्रीच झाली. जवळ जाऊन बघतात तर तीच भानगड. जीव भांड्यात पडल्यागत झाला.

वाहून गेलेली परटीण उसाच्या एका चिऱ्यात जाऊन बसली होती आणि ही कोण बाई, कुठली, काय – ह्याचीच चौकशी सुरू होती. तालुक्याहून फौजदार आले होते, पोलीस आले होते. गावच्या पाटलानंही तिथंच ठाण मांडलं होतं. गावही सारं येऊन बघत जात होतं. गर्दी हटत नव्हती आणि अजून काही कशाचा ठावठिकाणा लागत नव्हता. ही माणसं गेली आणि मग खाणाखुणा पटल्या. तिथनं पुढं मग रीतसर पंचनाम्याला सुरुवात झाली.

पंचनामाच तो! तो काय लवकर आटपणार? ती रात्र गेली आणि दुसरा दिवस उजाडला. फौजदार एक सोडून हजार प्रश्न विचारत होता. "तुमचीच बायको हे कशावरनं?" हितनं त्यानं विचारायला सुरुवात केली; आणि मग – "ओढ्यावरच का गेली? विहिरी नव्हत्या? पूर आला तरी ओढ्यातच का राहिली? पाणी बघून बाहेर का पडली नाही? ..." काय सांगायचं? तोंडाला फेस आला. बाळा घाबरला. आणि फौजदार दटावणी देऊन विचारू लागला – "घरात काय भांडणबिंडण झालं होतं काय?" हे सांगण्यात दुसरा दिवस मोडला.

अखेर कसातरी एकदा पंचनामा झाला. बाळाला सुटल्यासारखं झालं. पण अजून सुटका झाली नव्हती. उत्तर तपासणीसाठी म्हणून प्रेत पुन्हा तालुक्याच्या गावाला गेलं. तिथं मग सरकारी इस्पितळात एक दिवस मोडला. असं होत होत सगळ्या चक्रातनं पार पडल्यावर पोलिसांनी प्रेत ताब्यात दिलं. ते घेऊन बाळा परीट मग आपल्या गावाला आला. तिथनं मग पुढच्या जोडणीला सुरुवात झाली.

झालं! चार लोक गोळा झाले. जवळच्या गावाला महार जाऊन सांगून आला. नात्यातली चार माणसं आली. ह्यातच दिवस बुडून गेला. रात्र झाली. ओढ्याच्या कडेला लाकडं रचली. अग्नी द्यायची सगळी तयारी झाली. आणि प्रेत तिरडीवरनं काढून सरणावर ठेवलं आणि आता अग्नी देणार, इतक्यात कुणीतरी ओरडलं,

"सोंड आली, सोंड आली!"

सोंड आली, असं म्हणेतोवर पाणी सरणाला येऊन लागलं. पायात पाणी आल्यावर अग्नी तरी कसा देणार? धाड धाड आवाज येऊ लागला आणि सगळेच

येडबडले. एकाएकी पूर आला. आला म्हणजे पाणी नुसतं नाचतच आलं. आणि अग्नी द्यायचा सोडून लोक पळत सुटले. लांब जाऊन बघत उभे राहिले. काय बोलावं कळेना झालं. बाळा परटाचं तरी नशीब कसलं असेल? एवढ्या महाप्रयासानं प्रेत त्यांच्या ताब्यात मिळालं होतं आणि अग्नी द्यायला म्हणून ते सरणावर ठेवलं असतानाच पूर यावा?

लोक खुळे होऊन बघत राहिले. सरणासाठी म्हणून रचलेली लाकडं बघता बघता तरंगू लागली, आणि लाकडांवर बसूनच परटीण पुन्हा वाहत गेली. जाताना डोळ्यांना दिसत होती. 'चालली, निघाली, गेली.' असं लोक नुसतं तोंडानं म्हणत होते आणि बोटानं दाखवत होते. पण पुढे जाऊन तिला कोण घेऊन येणार? पूर आलेल्या ओढ्यात कोण उडी टाकणार? सगळेच काठाला बघत उभे राहिले आणि डोळ्यांदेखत पाण्यानं बाई ओढून नेली. असं काय माणसाला जमेल?

अग्नी द्यायला गेलेले लोक हात हलवीत माघारी आले. अंघोळी करून गप घरात तरी बसता येतंय? गप कसं बसणार? एकदा अग्नी दिला असता आणि मग काही झालं असतं तर गोष्ट निराळी होती. पण अग्नी न देताच असं झालं, म्हणजे ते मार्गी लागलं असं कसं म्हणता येईल? धर्मानं सांगितलेल्या गोष्टी करणं भाग होतं. त्याशिवाय मुक्ती कुठली आणि बाळा परटाच्या जिवाला तरी शांती कुठली? काय करावं, कसं करावं असं म्हणत बाळा घरी आला. खेळखंडोबा झाला होता. आता पुन्हा सगळं निस्तरणं भाग होतं. गेले चार-पाच दिवस त्याच्या डोळ्यांना झोप नव्हती. पोटात अन्न नव्हतं. वद्याडून वद्याडून अंगात कणकण आल्यागत झाली होती. आता गप अंथरूण घालून तरी कसं पडायचं? गाव तरी काय म्हणेल? जाऊ दे – गेली, म्हणून गप बसावं तर लोक तोंडात शेण घालतील. नाद सोडून गप घरात तरी कसं बसणार? हात-पाय हलवणं भाग होतं.

पुन्हा दुसऱ्या दिवशी सकाळी चार लोक बरोबर घेऊन बाळा घराबाहेर पडला ज्या उसाच्या फडात ती जाऊन बसली होती तिथपर्यंत तरी जाऊन यायचं, असं ठरवून तो निघाला. नशिबानं असली तर बरं झालं म्हणायचं; नसली तर नाद सोडून तिथनंच माघारी फिरायचं. जाऊन बघितलं नाही असं होऊ नये, कुणी नावं ठेवू नयेत म्हणून निघालेली ती माणसं कुठं न थांबता-सवरता झपाट्यानं वाट कमी करत निघाली आणि तिन्हीसांजेपर्यंत त्यांनी जाऊन तो मळा गाठला.

मळ्याचा मालक एकटाच बांधाला बसलेला दिसला. बाकी लोकबिक कोण दिसत नव्हते. पोलीस नव्हते, फौजदार नव्हता – दुसरं कोऽऽणी नव्हतं. बाळाला वाटलं, आपला हेलपाटा फुकट जाणार. असं बोलतच माणसं पुढं निघाली. ती जशी जवळ आली तशी त्यांना ओळखून मालक उठून उभा राहिला. रामराम करून म्हणाला,

"याऽऽ! कवासं निगालता?"

"निगालतो येरवाळी – सकाळीच," असं सांगून बाळानं दबकत विचारलं, "बरं, बांधलाच बसलाय?"

"बसलोय झालं वाट बगत!"

म्हाताऱ्याचं बोलणं कळेना झालं. वाट बघत बसलोय म्हणजे कुणाची? मनात शंका नको म्हणून बाळानं पुन्हा विचारलं, "कुणाची वाट बगत बसलाय?"

"दुसऱ्या कुनाची? मालकाची वाट बगाय लागलोय."

काही खुलासा होईना म्हणून जरा वेळ तोंडाकडं बघितल्यागत करून बाळानं विचारलं, "म्हंजे ह्या मळ्याचं मालक तुम्ही न्हवं व्हय?"

"अवो, मला घेऊन काय करता? बाई येऊन बसलीया. तिचा मालक याला नको?"

सगळेच येडबडले आणि तोंडाकडं बघत राहिले. तसं मग म्हाताऱ्यानं विचारलं,

"काय कळंना व्हय?"

"पावनं, तुमचं बोलनं काय कळंना झालंय."

"अवो, त्यात कळायचं आनि काय? तुमचीच वाट बगत बसलोय की."

जरा कळल्यागत दिसलं आणि मग म्हातारा बोलला, "परवा घालिवली न्हाई तवर आणि म्हायारला आल्यागत पळून आली. हे कसं काय झालं म्हनायचं?"

"हाय न्हवं?"

"हाय की. पैल्या जाग्यालाच येऊन बसलीया. असं कसं झालं हो पावनं?"

कपाळाला हात लावून बाळा बोलला, "नशीब बाबा आमचं! दुसरं काय?" आणि असं म्हणून कुणी बस न म्हणताच तो खाली बसला. तो बसला तसे बाकीचे लोकही खाली टेकले. म्हाताऱ्यानं पुन्हा विचारलं, "पर हे असं कसं झालं?"

"झालं बाबा असं!" असं म्हणून बाळानं घडलेली सारी हकिकत सांगून टाकली. आणि मग मालक सांगू लागला,

"सकाळपसनं मला खूळ लागलंय. आमचीच आनि येळ बरी म्हनून दिवसा नदरं पडली. रातीइरेचं दिसलं असतं तर काय करायचं? काय गत झाली असती आमची?" त्यानं असं विचारलं आणि बाळा परटाबरोबर आलेल्या माणसांपैकीच एकजण म्हणाला,

"अहो, तुमी आनि घट्ट म्हनायचं. आगच्यासारखा आनि एखांदा कच्चा दिलाचा असता तर बगितल्याबरुबरच त्याची नाडी बंद पडून मेला असता! कशाला ऱ्हायला असता?"

तोंडाला लावलेली चिलीम बाजूला करून पावणा म्हणाला, "अहो, तीच गत आली हुती. काय वास माराय लागलंय म्हनून फुडं जाऊन बगायला गेलो, तर ही

बाई. पाय माजं लाटलाट कापाय लागलं बाबांनो. उभा राहून बगायचं होईना झालं.''

ऐकण्यात गुंगून गेलेल्या परटानं विचारलं, ''आनि मग हो?''

''आनि मग काय बाबा? नाडी बंद पडल्यागत झाली. कसाबसा खोपीवर आलो. दणादणा जाळ केला आन् चराचरा आधी अंग शेकून घेतलं. मग जऽऽरा हुशारी आली.'' असं म्हणून तो तोंडाकडं बघत राहिला. आणि एकजण म्हणाला,

''तर हो! काल-परवा पंचनामा होऊन न्हेल्यालं प्रेत पुना रानात दिसल्यावर बगनाऱ्याची गाळणच उडायची की!''

''गाळण? पाचावर धारण बसली बाबा! काय सुचंच ना झालं. दुपारपतुर निजून ऱ्हायलो निजून. आनि म्हटलं, सबागती कोनतरी तिकडं जाईल आनि कायच्याबाय हून बसंल. अवो, गाव सारं येऊन बगून गेलंय. अजून त्यांच्या नदरंफुडनं गेलंय काय ते? आनि जर कुनाला पुन्ना दिष्टी पडलं तर काय तरा हून बसंल!'' असं सांगून म्हातारा म्हणाला –

''म्हनून बाबांनो, हितं बांधाला राखत बसलोय. काय करायचं?''

बाळानं विचारलं, ''गावात काय वर्दीबिर्दी दिल्याली न्हाई न्हवं?''

''वर्दी तरी कशी देनार हो?'' असं विचारून म्हातारा तोंडाकडं टक लावून बघत राहिला आणि मग आपणच सांगू लागला,

''आनि कुठलं दुसरं एकांदं असतं तर जाऊन कळिवलं असतं. पुन्ना तेच म्हटल्यावर कसं सांगायचं हो? काय सांगतोय म्हनून मलाच सगळी खुळ्यात काडणार न्हाईत?''

''व्हय की. लोकांनी तरी कसं खरं मानावं? इस्वास बसाय नगो?''

कसं बोल्ला! असं म्हणून म्हातारा पुन्हा बोलू लागला, ''अवो, सांगनाऱ्यानं तरी कसं सांगायचं आनि लोकांनी तरी कसा इस्वास ठेवायचा? ती काय नांदाय गेल्याली बाय हाय व्हय, पुन्ना पळून आली म्हनून सांगाय जाऊ? अवो, मढं काय असं पळून खेळतंय काय हो?''

''व्हय की!''

''व्हय की आनि काय?'' असं हेटाळणीनं म्हणून तो रागानं बोलला, ''नदीत परडी सोडल्यागत तुम्ही तिकडं मढं सोडून मोकळं झाला हे खरं – पर बाबांनो, आमचा जीव हिकडं टांगणीला लागला की. काय झालं असंल याचा जरा इचार करा.''

बाळाच म्हणाला, ''आमी तरी काय असं व्हावं म्हनून केलं काय हो?''

म्हातारा हसून बोलला,

''व्हय बाबांनो, तुम्ही तरी काय करशीला? तिचीच वैशी असंल तशी.''

''वैशीच म्हनायची की! दुसरं काय?''

असंच तास-घटका बोलणं झालं. आणि बाळा एकाएकी चिंतातुर झाला. त्याला पेच पडला – आता हितनं तिला घेऊन गावाकडं जायचं कसं? एक नव्हे, दोन नव्हे, पाच दिवसांचं प्रेत ते. तान्हं पोर असतं तर त्याला काखेत मारून जाता आलं असतं. आता ह्या बाईला न्यायची कशी? असा पेच पडला आणि त्याला वाटलं – ही बया इथं नसती तर आणि बरं झालं असतं. जाऊन नदीला मिळाली असं म्हणून गप घरात जाऊन बसता तरी आलं असतं. आता तिला घेऊन जायचं म्हणजे एक घोर लागून राहिला. दुसरं-तिसरं त्याला काही सुचेना झालं. बसल्या बसल्या त्यानं एक लांबलचक सुस्कारा सोडून विचारलं,

"बाई येऊन हितं मळ्यात बसलिया हे खरं, पर आता तिला न्याची काय एवस्था?"

एकजण म्हणाला, "एक गाडी करायची आणि घेऊन जायचं."

म्हाताऱ्यानं विचारलं, "गाडी करून घेऊन जातासा?"

"व्हय. एक गाडी करायची. खालवर जरा लिंबाचा पाला पसरायचा आणि घेऊन जायचं."

म्हातारा टक लावून जरा वेळ तोंडाकडं बघत राहिला आणि मग दोन्ही हात हलवून म्हणाला, "तुमी असं गाडीत घालून घेऊन जाशीला खरं, पन माझा जीव हिकडं टांगणीला लागंल."

"ते का?"

"का म्हंजे? कळत न्हाई? गाडीत घालून घेऊन गेला म्हंजे जगझाईर हुईल, आनि उद्या पोलीस येऊन माझ्या दारात बसतील."

"ते का दारात येत्यात?"

"का? सोडतील काय?" असं विचारून तो सांगू लागला –"किती केलं तरी ते माझ्या रानातलं मढं हाय. त्याची वर्दी दिल्याशिवाय आनि पंचनामा झाल्याशिवाय मी ही वस्तू तुमच्या ताब्यात देऊ कशी?"

हे ऐकून बाळा परटानं म्हटलं, "देऊ कशी म्हनायला मी काय कोन परका हाय काय? किती केलं तर मी तिचा दाल्लाच हाय."

"बाबा, तू तिचा दाल्ला असलास तरी ह्या येळंला मी मालक हाय."

बाळा तोंडाकडं बघतच राहिला. बाकीचे लोकही धरून आणल्यागत गप बसूनच राहिले. आणि मग थोडा विचार करून म्हाताराच म्हणाला,

"मी काय तिला ठेवून घेत न्हाई. तुमी तिला घेऊन जावा; पण गाडीत घालून असं जगाला दावत जाऊ नगा म्हंजे झालं. तुमी चांगली गाडी मिरवत घेऊन जाशीला आणि सरकार माझी मिरवणूक काढंल – म्हायती हाय? न्हाईतर असं करा…"

"कसं?"

"मी जाऊन चावडीत कळवून येतो. मग पाटील तालुक्याला वर्दी देईल. मग उद्या-परवा पोलीस येतील. बसता तवर घोळ घालत?"

आधीच मेटाकुटीला आलेला परीट म्हाताऱ्याचे पाय शिवून म्हणाला, "असलं लचांड काय आता माझ्यामागं लावू नगा – म्हेरबानी करा!"

"तेच म्हंतो बाबा मीबी"– असं म्हणून म्हातारा सांगू लागला, "तुझ्यामागंबी लचांड नको आनि माझ्या मागंबी काय झंगाट नको. अजून कुनाला काय कळलं न्हाई तवर गुमान घेऊन जावा कसं. वर्दी देन्यात तर काय मला सुख हाय व्हय बाबानू?" असं विचारून तोच सांगू लागला, "आत्ता जाऊन वर्दी देऊन यावी तर पाक सारं गाव पळून येतंय बगायला. उभ्या पिकात लोक येऊन हुबा ऱ्हात्यात. ही दोन रोजांची जत्रा झाली म्हंजे मग पोलिसांचा तळ येऊन पडतोय. ते आलं म्हंजे इकतच्या कोंबड्या आणून फौजदाराला खायाला घालाय पाहिजे. सांज-सकाळ आकडी दुधाचा त्यास्नी च्या करून द्याला पायजे. कापी म्हटली तर कापी हजर कराय पायजे. एक बाई आनून फुडं नाचीव म्हटलं तर तेबी कराय पायजे. काऽऽ? तर आपल्या रानात मढं गावलंय. म्हंजे मग आमाला झडती द्याला नगो?"

बाळा परीट काकुळती आल्यागत करून म्हणाला,

"हे काय नगो बघा.... तुमाला तरास नगो, आमाला भोग नगो. आमी कुठ फोडत न्हाई. तुमी कुठं बोलू नगा..."

"ते सगळं खरं; पर न्हेनार कसं?"

तोच कठीण प्रश्न होता. हीच अवघड बाब होती. शेवटी म्हाताराच म्हणाला, "असं करा – एक डोल देतो. त्याला भोवतीभर एक धोतार गुंडाळा आनि घेऊन जावा."

सगळ्यांना हे पटलं असं दिसलं. आनि म्हाताऱ्यानं विचारलं, "पर जानार कोंच्या वाटेनं?"

"सरळ गाडीवाटेनं जायचं."

"ते का? सरळ सडकेनं जावा."

"सडक कोंची म्हंता हो पावनं?"

"खुळ्यांनो, कोंची म्हणून आनि काय इचारता?" असं म्हणून म्हातारा बोलला, "गाडी वाटेनं गेल्यावर एक सोडून चार गावं तुमाला लागनार. चार गावांच्या वेशीतनं असला माल घेऊन जाता ईल तुमाला? काय झालंय बाबा म्हणून कुणी अडवून इचारलं तर मग काय सांगनार?"

एकजण युक्ती लढवून म्हणाला, "सांगायचं, बैलाचं शिंग लागलंय म्हनून."

"सांगायला तुमचं काय जातंय? पर उद्या कोतळा माझा भाईर पडंल!"

"मग कसं जायाचं म्हंता?"

म्हातारा म्हणाला, "गप आला तसं वड्यानंच माघारी जावा."

अधिक वाडाचार न लावता ओढ्यानं जायचं ठरलं. सगळं नक्की झालं आणि मग म्हाताऱ्यानं तीन-तीनदा बजावलं, "माझ्या मळ्यात होतं म्हनून कुनाजवळ फोडायचं न्हाई. वड्याला गावलं आणि आमी घेऊन आलो असं सांगायचं."

... चांगला अंधार पडला आणि डोल घेऊन लोक रानातनं बाहेर पडले. नीट ओढा धरून चालू लागले.

रात्रीची वेळ. धड पायाखालची वाट दिसत नव्हती आणि खांद्यावरचं ओझं एक सहन होत नव्हतं. आळीपाळीनं माणसं खांदा देत चालली होती. बरं, सावकाश चालून सोय नव्हती. रातोरात गावात जाऊन दिवस उगवायला अग्नी देऊन मोकळं व्हायचं होतं. खांद्यावर जोखीमच तशी होती. परटाबरोबर गेलेल्या लोकांना पावलागणिक आपली आई आठवू लागली. जशी वाट ओसरेना झाली आणि पाऊल उचलेना झालं तशी त्यांना आपली चुकी कळून येऊ लागली. पण आता त्यांची सुटका नव्हती. मान अडकली होती, हात सापडले होते. मध्येच टाकून जाता येत नव्हतं. ते पुरे तावडीत सापडले होते. शिवाय कोण बघेल की काय, ही आणि जिवाला दुगदुगी लागून राहिली होती. त्यांचा जीव माटमुट माटमुट करत होता.

अशीच मध्यान्हरात्र टळली. निम्मीअर्धी वाट चालून झाली आणि एकाएकी सायकलीची इनर फुगावी तसा पायाखालचा ओढा पंपानं हवा भरावी तसा फुगला आणि पाणी पायांत आलं. पायाखालची मळलेली वाट पाण्याच्या कडेकडेनं जात होती, ती पार सगळी पाण्यात बुडून गेली. आणि 'पाणी आलं, पाणी आलं' असं म्हणस्तोवर धाडधाड ओढा वाजतच आला. आता डोल घेऊन तरी कसं पळणार? डोल तिथंच टाकून माणसं आडबाजूला पळत सुटली. आधीच घाम फुटला होता, त्यात पुन्हा झेंडू फुटला. आपला जीव वाचतोय का नाही ह्याची त्यांना काळजी पडली. कसेबसे ते पाण्यातनं वर गेले आणि लांब जाऊन खुळ्यागत बघत राहिले.

जोरकस पूर आला होता. नाचत, गिरक्या घेत पाणी येत होतं आणि परटाच्या तोंडचं पाणी पार पळालं होतं. एवढी घेतलेली मेहनत आणि सारी यातायात फुकट गेली होती. रडकुंडी आल्यागत चेहरा करून तो त्या ओढ्याकडं बघत राहिला. आणि त्याला असं बघून एकजण म्हणाला,

"बाबा बाळा, आता हितनंच हात जोड. हो तर साष्टांग नमस्कार घाल. बाई, आता ताप नको म्हनावं. एकदा सोडून तिसरी खेप झाली ही पळून जायची. भोग म्हनायचा का कहार?"

बाळाही हात पसरून म्हणाला, "आयला, काय सोंग लावलंय बगा की हो! आता कितींदी जाऊन घेऊन तरी येऊ हिला? असं जाऊन घेऊन यावं तर असा ह्यो

पूर येतोय आनि अशी ही निगून जाती. अगा, चेष्टा तरी किती करायची मानसाची?"
असं म्हणून बाळानं कोपरापासनं हात जोडले आणि ओढ्याकडं बघून तो म्हणाला,
"बाई, आता सुकानं जा. तुझ्यामागनं याची आता काय माझ्यात हिंमत न्हाई.
तुझ्या नशिबातच अग्नी न्हाई त्याला मी तरी काय करू? तुझ्या जागी आता मला
जाळा म्हनायची पाळी आली. अरेऽऽ रामा, भगवाना! काय त्याच्या आयला येळ
ही!"

आणि परीट गप आपल्या घरातच बसला. मनातनं तो विषयच काढून टाकला.
आपल्या मनालाच म्हणत राहिला–बायको शहाणी. घेऊन आल्यावर अग्नी देणं
भाग होतं. तिनं सरणाचासुद्धा खर्च येऊ दिला नाही. ती कशाला बिचारी खर्चात
पाडंल? आपल्या गरिबीची परिस्थिती तिला काय माहीत नाही? ह्याचाच विचार
करून मला ताप नको म्हणून बिचारी अर्ध्या वाटेतनं मागं गेली. ती शहाणी –
आणि आम्हाला हे कळलं नाही म्हणून आम्ही खुळं!

दोन दिवस गेले आणि तिसऱ्या दिवशी पहाटेची गोष्ट. बाळा अजून झोपला
होता. तोवर कुणीतरी उठवत आलं. दारात येऊन हळी देत राहिलं. परीट जागा
झाला. उठून दार उघडून बघतोय, तर काय ओळखदेख लागेना. मग त्यानं
विचारलं,

"कोन बाबा? कुठलं?"

"बाळा परीट तुमीच का?"

"बाळा परीट मीच. तुमी कोन?"

"आमी म्हार हाय जी."

"का आलाय? कुठनं आलाय?"

"कुठनं व्हयं?" असं म्हणून एकानं कुठनं, का हे सगळं सांगितलं आणि मग
तो म्हणाला, "कालपतुर त्यांनी तुमची वाट बगितली आनि मग काल रातचं काढून
आमाला लावून दिलंय. आमचा रोजगारबी तुमच्याकडनंच घ्याया सांगितलाय. मग
डोल आणून आत ठिवू का भाईर असू द्या जी?"

बाळाला काही बोलताही येईना झालं आणि सांगताही येईना झालं. काय
बोलणार आणि काय सांगणार?

□

दावं

जुनी गोष्ट आहे – माझ्या लहानपणी घडलेली. तेव्हा मी सात वर्षांचा असेन. कारण पाडव्याच्या मुहूर्तावर नुकतं शाळेत नाव घातलं होतं आणि मी इनफंडीच्या वर्गात बसत होतो हे आठवतं. पहिल्या दिवशी माझ्या पाटीवर काढलेली ती सरस्वतीही आठवते. त्या सरस्वतीची पूजा करून श्रीगणेशाचा धडा गिरवू लागलो आणि शाळेत मन रमेना झालं. तासन्‌तास मांडी घालून वर्गात एकेच ठिकाणी बसायला नको वाटू लागलं. मध्येच गुरुजी खेकसायचे आणि आमच्या छातीत धस्स व्हायचं. कधी कधी दात-ओठ खाऊन ते अंगावर धावून यायचे आणि आमच्या पोटात खड्डा पडायचा. त्यांनी छडी काढून ती नुसती टेबलावर आपटली की आमचा वर्ग सगळा थरथरायचा. मान खाली आणि नजर वर करून आम्ही एकाएकी गप्प होत असू. अशी आमची ही शाळा आणि असे गुरुजी! ही शाळा तेवढी नको वाटू लागली. ती कशी चुकवावी हाच विचार डोक्यात सुरू झाला. ती चुकविण्यासाठी लांब कुठल्या तरी गल्ली-बोळात जाऊन खेळत बसायचं. पण नेमकं तिथं कोणीतरी येऊन मला धरून घेऊन जाईल ही धास्ती असायची. धड खेळातही मन रमायचं नाही. खेळात रमून गेलोय असा नुसता भास चालू ठेवायचा. माग काढत कुणीतरी येणार या भीतीनं गांगरूनच गेलेलो असायचो. शाळेची वेळ झाली की मला बघायला स्वत: आई घराबाहेर पडून गल्ली-बोळ हिंडू लागायची, नाहीतर चार पोरं तरी आमच्या पाठीवर सोडायची. त्या पोरांनाही मोठा चेव यायचा. शिपायांनी चोर पकडावा तशा थाटात मला धरून घेऊन जायची. तो एक मोठा सीनच असायचा. दोघांनी माझे दोन हात धरलेले असायचे, मागच्या बाजूनं कुणीतरी एकानं शर्ट घट्ट धरून ठेवायचा. चौथ्यानं आमची टाळू धरायची, तोंडाचा आऽऽ करून आम्ही सूर धरायचा – आणि या थाटात आमची ही मिरवणूक वाजत-गाजत घराकडे यायची. आई वाट बघत दारातच उभी असायची. आम्ही अंगणात

आल्या आल्या तिच्या तोंडाचा एक शेडा झडायचा. त्या तावात आम्हाला दार-दार ओढून आत घरात न्यायचं. दोन-चार धबाके पाठीत बसायचे. इच्छा नसताना जबरीनं जेवायला लावायचं आणि पाटी-दप्तर हातात देऊन शाळेत रवानगी करायची.

अशा त्या दिवसांत मला एकच विरंगुळ्याचं ठिकाण होतं. ते म्हणजे आमच्या जनावरांचा गोठा. तिथं तासन्‌तास माझं मन रमायचं. कधी कधी शाळेला म्हणून पाटी-दप्तर घेऊन बाहेर पडायचं आणि या गोठ्यात जाऊन बसायचं. शनिवारी तर माझी सकाळची शाळा या गोठ्यातच भरायची. आमच्या घराला लागूनच हा गोठा होता. चांगली पंधरा-वीस जनावरं दावणीला होती. दोन बैलजोड्या, सहा म्हशी, दोन गाई आणि तीन-चार वासरं असा आटाला होता. शेती सगळी घरात होती. अकाला चार चाकरीचे गडी होते. या गड्यांना हाताशी घेऊन वडील शेती बघत होते. ते नेहमी मळ्यात असायचे; आणि गड्यांच्या भाकरी भाजत आई घरात असायची. एका वेळेला चांगल्या अडीच शेरांच्या भाकरी तिला बडवायला लागायच्या. आमच्या माजघरात घुसळखांब होता. एक भला मोठा डेरा भरून ताक व्हायचं. सकाळच्या वेळी माझी एक मोठी बहीण याच कामावर असायची. त्या घुसळखांबाजवळ उभी राहून चार्रचुर्र चार्रचुर्र रवी फिरवत राहायची. ताक ढवळून झालं म्हणजे असा लोण्याचा गोळा निघायचा की तिच्या दोन्ही हातांत तो मावायचा नाही. एकूण अशी सुबत्ता होती. ऊस, मिरची, हळद अशी बागायती होती. त्यासाठी घरचं हक्काचं शेणखत मिळावं म्हणून बरीच जनावरं वडिलांनी पाळली होती. आमच्या या गोठ्याची दावण सदा भरलेली असायची. दावणीची ही जनावरं बघूनच मन हरकायचं.

या गोठ्यात माझा एक सवंगडी होता. ज्या दिवशी माझं शाळेत नाव घातलं त्याच दिवशी पाडव्याच्या मुहूर्तावर तो जन्माला आला होता. आमच्या ढवळ्या गाईनं एका नामी खोंडाला जन्म दिला होता. त्याचं नाव ठेवलं होतं सोन्या. हा सोन्या अगदी आपल्या आईसारखाच होता काळा-बाळा. त्याच्या काळ्या रंगावर ते पांढरे ठिपके फार उठून दिसायचे. त्या काळ्या रंगाला एक छान लकाकी होती – रंधा मारलेल्या शिसवी लाकडावर तेल लावावं तशी ती दिसायची. त्यावर ते बेळंकीगत पांढरेशुभ्र ठिपके फार शोभून दिसायचे. खोंड फार चलाख होता. जरा कुठं खुट्ट झालं की लगेच कान टवकारायचा. टुकूटुकू बघत राहायचा. सावध होऊन कानोसा घेणारं त्याचं ते ध्यान टक लावून बघत राहावंसं वाटायचं. मी जवळ गेलो की आपल्या पुढच्या दोन पायांवर भार देऊन तो घाईघाईनं उठून उभा राहायचा आणि आपली एवढीशी काटेरी जीभ काढून मी पुढं केलेल्या हाताला चाटायला लागायचा. त्या स्पर्शातली ऊब मला अजून आठवते. लगळ करणारी ती इवलीशी

जीभ अजून डोळ्यांपुढं येते. मग मी त्याच्या मानेखालची पोळी खाजवत उभा राहायचा. कोटाला मोठी बटणं लावावीत तशी दिसणारी त्याची ती नुकती उगवणारी शिंगंही मला मोहित करायची. बोटांनी दाबलं की ती मऊ लागायची आणि त्याची गंमत वाटायची. या सोन्याच्या गळ्यात गळा घालून मी तासन्तास त्या गोठ्यात रमून जायचो. शाळेचं दप्तर ठेवायचं बाजूला आणि हिरव्या गवताच्या गादीवर बैठक मारून ह्या सोन्याबरोबर गप्पा मारायच्या. मी तोंडानं बोलायचो आणि तो आपल्या डोळ्यांनी उत्तर द्यायचा. आमचं हे बोलणं ऐकायला तिथं दुसरं कुणी नसायचं. त्यामुळं मनसोक्त बोलता यायचं. त्यातलं काही बोलणं मला अजून आठवतं. शाळा चुकवून असाच गोठ्यात मुक्काम मारला होता आणि पाटी सोन्यापुढं धरून मी त्याला शिकवत होतो.

"बरं का सोन्या, ए पिल्ल्या, अरं हे बघ ही बाराखडी अशी काढायची. हं म्हण – क का, कि की, कु कू..." मी अशी त्याला बाराखडी शिकवत होतो आणि सोन्या ती अक्षरं जिभेनं पुसत होता. सगळी बाराखडी त्यानं अशी चाटून खाल्ली आणि एकदम मला फार आनंद वाटला. आनंदाच्या त्या भरात ती पाटी दिली बाजूला फेकून आणि त्याच्या गळ्यात पडून त्याच्या कानात म्हणालो, "तू शाना बघ. काय कक्काकिक्की उगंच काडत बसायचं? शाळा जाऊ द्या खड्ड्यात! आयला! आग लागू द्या शाळंला!" असं म्हणून मग मी बोलत बसलो होतो अगदी शाळा सुटेपर्यंत. बाहेर रस्त्यानं पोरं पाटी-दप्तरं घेऊन घरी जाताना दिसली तेव्हाच मीही आमची शाळा सोडून उठलो.

आमची ही शाळा चार-सहा महिने अधूनमधून भरत होती. छान लळा लागला होता. त्या बालपणातही मी माझ्या भावी जीवनाची कितीतरी स्वप्नं या सोन्याच्या कानात बोलून दाखवत होतो. तोही माझा हात चाटून मला धीर देत होता. मला आठवतं – मी अनेक वेळा त्याच्या कानाशी लागून बोललो होतो – "सोन्या, तुला चांगला जोडीदार बघू. एक झकास पळाऊ गाडी करू. शर्तीत नंबर मारायचा. जाईल तिथं आपली गाडी पैली आली पायजे बघ. एक नंबर आला की गावात बँड लावून मिरवणूक काढू. परातभर साकार वाटू. गावानं म्हणायला पाहिजे, काय खोंड आणि काय गाडी आणि काय मालक! एहे! बोलायचं कामच न्हाई! देखते रहेना!"

बालपणचं हे माझं स्वप्न मला आठवतं. ते कैक वेळा या सोन्याला मी सांगितलं. आजही एखादं शिखर जिंकण्यासाठी मी सज्ज होतो तेव्हा त्या पळाऊ गाडीतच मी बसलेला असतो. चाबकाच्या वादीसारखे लांबसडक दोन खोंड माझ्या गाडीला जोडले असून ते चौक पडून गाडी भरधाव सुटली आहे. चाकांचा खडखडाट कानांत घुमतो आहे. गाड्यांना गाड्या घासून पळताहेत. झणापन सुरू

आहे. धुळीचे लोटच्या लोट वर आकाशाला भिडू लागले आहेत. आणि समोर फज्जा दिसत आहे...

अशी ही स्वप्नं सोन्याजवळ बसून रंगवत होतो. छान गट्टी जमली होती. आणि एक दिवस असा आला की माझ्या या सगळ्या आनंदावर विरजणच पडलं. दावणीचे बैल सोडून आमच्या या सगळ्या जनावरांना वडिलांनी राखोळी लावली. दहा-बारा वर्षांचा एक पोरगा रोज सकाळी येऊन गोठ्यातली ही जनावरं घेऊन जायचा आणि संध्याकाळी दिवस मावळायला परत आणायचा. आमच्या गावाला लागून कडमकाईचा एक डोंगर होता. त्या डोंगराच्या आसपास अनेक नाले-ओढे होते. मैल नि मैल माळ पसरलेला होता. मृग चांगला पडून गेला म्हणजे ओढे-नाले यांच्या दोन्ही काठांना चांगलं हिरवंगार दड्ड उगवायचं आणि डोंगराच्या पायथ्याला पसरलेला माळ हिरवागार गालिचा पसरावा तसा दिसायचा. गावची जनावरं दिवसभर या माळावर चरत असायची. राखोळी घातली की घरची वैरण कमी लागायची. आमची जनावरंही दिवसभर या माळावर चरायला जाऊ लागली आणि दिवस-दिवसभर गोठा रिकामा, भकास, उदास दिसू लागला. गोठ्यातली माझी शाळा भरेना झाली. एका विरंगुळा मिळाला होता, पण तोही आता नाहीसा झाला. उगवलेला दिवस लवकर मावळेनासा झाला. जनावरं संध्याकाळी कधी परत येतात आणि माझा सोन्या मला कधी दिसतो असं होऊन जायचं. ही जनावरं कधी दिवसाबरोबर यायची तर कधी दिवस मावळून कडुसं पडल्यावर यायची.

त्या दिवशी दिवस मावळला तरी अजून जनावरं परतली नव्हती. सोन्याची वाट बघत मी उंबऱ्यातच बसलो होतो. एवढ्यात आईनं कशाला तरी हाक मारली. मी आत गेलो. ती दिवाबत्तीची तयारी करीत होती. कंदिलाची काच पुसतापुसता ती म्हणाली, ''बाबा, त्या डब्यातलं एवडं राकेल बाटलीभर काढून घे.''

मी या कामाला लागलो. नळकांड्याचं तोंड बाटलीत घालून सळी खालवर करीत तेल काढायचं हे काम मला फार आवडायचं. त्या कामात मी रमून गेलो. बाटली भरत आली आणि बाहेरच्या अंगणातून राखोळीच्या पोराची साद आली-''पाटलीणबाई, जनावरं आली होऽऽ! सगळी दावणीला बांधा. मी जातो होऽऽ!

बसल्या जागेसनंच आई मोठ्यानं म्हणाली, ''जा बाबा, जा. बांधतो आम्ही.''

ही साद ऐकताच सोन्याला बघण्यासाठी हातातलं काम तिथंच सोडून मी धावत बाहेर गेलो आणि पळतच गोठ्यात शिरलो. दिवसभर चरून, पोटं टुम करून आलेली जनावरं आपापल्या जागेवर जाऊन शांतपणे दावणीला उभी होती. कोणी डोळे झाकून रवंथ करीत होती. माझा सोन्या मात्र मला तिथं कुठंच दिसत नव्हता. 'सोन्या,' 'सोन्या' अशा हाका मारूनही बघितल्या. एका हाकेला धावत येणारा सोन्या कुठं गडपच झाला होता. संबंध गोठा मी तीन-तीनदा पाहिला.

चाऱ्याजवळचा आडोसाही बघितला. सोन्या गोठ्यात नाही हे बघून छातीत धडधड सुरू झाली. बाहेरच कुठं रेंगाळलाय का, हे तरी पाहावं म्हणून मी घाईनं गोठ्यातून बाहेर आलो. आजूबाजूला बघू लागलो. एवढ्यात आई जवळ येऊन म्हणाली, "काय रं बाळा, आचारी का बिचारी होऊन असा का बघत ऱ्हायलाईस?"

घाबऱ्या आवाजात मी म्हणालो, "अगं आई, आपला सोन्या गोठ्यात ऱ्हाई!"

"ऱ्हाई? ते रं कसं?" असं म्हणून ती घाई-गडबडीनं गोठ्यात गेली. तिच्या पाठोपाठ मीही पुन्हा गोठ्यात गेलो. सगळीकडं नजर फिरवून तीही खुळ्याकावऱ्यागत माझ्या तोंडाकडं बघत म्हणाली, "खरंच की रं, सोन्या कुठं दिसत ऱ्हाई."

"अगं, मग तेच सांगतोय ऱ्हवं तुला?"

माझ्या तोंडाकडं टक लावून बघत ती म्हणाली, "खरं बोलतोस का फटिवतोस?"

काकुळतीला येऊन मी म्हणालो, "अगं, फटिवतोय कसा?"

"कुटं त्याला दडवून बिडवून ठेवला ऱ्हाईस ऱ्हवं?"

असं ती म्हणाल्यावर मी रागानंच बोललो, "कुटं दडिवतोस? काय माझ्या चड्डीच्या खिशात ठेवलंय व्हय?"

मग मात्र तिचाही धीर सुटला. तीही आचारी का बिचारी झाली. एवढ्यात सोन्याची आईही हंबरू लागली. त्या हंबरणाऱ्या गाईकडं बघत आई म्हणाली, "बाई, असं कुठं ठेवून आलीस गं तुझ्या लेकराला? कशी इसरलीस त्याला?" आणि माझ्याकडं वळून बघत ती म्हणाली, "बाबा, चल आजूबाजूच्या गल्लीबोळांत कुटं हाय का बघू."

ना शुद्ध ना बुद्ध. आजूबाजूचे सगळे बोळ आणि गल्ल्या फिरून आलो. पाक सगळं गाव आम्ही पालथं घातलं. वरावरा सगळीकडं हिंडून परत माघारी आलो. त्या गोठ्याकडं बघवत नव्हतं. गाय एकसारखी हंबरत होती – आपल्या सोन्यासाठी टाहो फोडत होती. काय करावं हे आम्हांलाही कळत नव्हतं. मी रडकुंडीला येऊन दाराच्या एका पायरीवर गप बसून राहिलो. आईही अंगणात उभी राहून ज्याला त्याला सांगू लागली.

बघताबघता ही बातमी गावभर झाली. पाचपन्नास लोक घरापुढं गोळा झाले. सांगावा मिळताच आमचे अप्पाही मळ्यातनं घरकडं आले. आत घरात न जाता बाहेर पायरीवरच बसले. एक ढग गडगडावा तसे गरजले, "जनावरं आल्या आल्या सगळं नीट बगायचं ऱ्हाई का? त्या पोराला विचारायचं ऱ्हाई, कुटं हाय वासरू म्हणून?"

यावर आई कशीबशी म्हणाली, "येऊन बगुस्तोवर पोरगं गेलं आणि मग कुनाला इचारायचं?"

"इचारा आता आमच्या कर्माला!" असा ताव काढत ते आईवर पुन्हा

खेकसले आणि मग आमच्या एका गड्याला म्हणाले, ''चंद्राप्पा, जा रं त्या राखोळीच्या पोराला घेऊन ये. म्होरं घालूनच घेऊन याचं बग. घरचा खोंड न्हाईसा झाला म्हंजे काय गोष्ट हाय ही! खोंड चांगला मोठा करायचा म्हणून आम्ही गाईची धार काडू दिली न्हाई. सगळं दूद खोंडाला पाजलं... का? खोंड तयार व्हावा म्हणून!''

अप्पा बोलत होते ती गोष्ट खोटी नव्हती. सगळं दूध सोन्याला मिळावं म्हणून त्यांनी कधी त्या गाईची धार काढू दिली नव्हती. पहिले चार दिवस काय चीक काढला अणि खरवस खाल्ला तेवढाच. तसा सोन्या आमचा सगळ्यांचाच लाडका होता. सगळ्यांचीच त्याच्यावर भिस्त होती. आमची आई तर रोज एक ताजी भाकरी, तूप आणि लोणच्याचा खार लावून त्याला घास-घास करून भरावयाची; पोटच्या लेकराला भरवावं तशी. खाताना कुणाची नजर पडू नये म्हणून फाटक्या कांबळ्याचा एक पडदा आडवा लावायची.

एकदा मी विचारलं, ''अगं, असा पडदा का लावतीस?''

ती म्हणाली, ''बाबा, कुणाची नजर कशी, कुणाची कशी हे काय सांगता येतंय? भिकारी हैत, कोतारी हैत, कुत्री हैत, मांजरं हैत. त्यांची कुणाची नजर जाऊ ने म्हणून असा आडोसा करायचा.''

अशी काळजी ती घेत होती. माझा तर लळाच लागला होता. आणि अप्पांचीही भिस्त होती. असा हा सोन्या गेल्यावर आम्ही सगळेच बेचैन झालो. काही सुचेनासं होऊन बसलं. दारापुढचं अंगण माणसांनी भरलं होतं. ''जातोय कुटं? सापडंल... कुटंतरी चुकलं असंल,'' असं म्हणून लोक धीर देत होते. एवढ्यात राखोळीचं पोरगं आलं. त्याच्या पाठोपाठ त्याची आई, आज्जी असं सारं लटांबर आलं होतं.

त्याला बघितल्या बघितल्या वरच्या पट्टीत सूर लावून अप्पांनी विचारलं, ''व्हय रे ह्यंद्र्या, ही कसली राखन तुझी? कुटं गेला रं खोंड आमचा?''

अप्पांच्या आवाजानंच ते गार झालं. त्याच्या तोंडातनं शब्दच फुटेनासा झाला. हात-पाय थरथर कापायला लागले. मग त्याची म्हातारी आज्जीच धीर करून म्हणाली, ''नका जी पाटील त्याच्यावर तावदारू. ते पैलंच भिऊन गाबागाब झालंय.''

अप्पा उसळून बोलले, ''तावदारू नगो तर काय मग, त्याच्या तोंडावरनं हात फिरवून इचारू? – व्हय रे, माझ्या लेकराऽऽ, बाळा, असं बोलू व्हय म्हातारे?''

''तसं न्हवं जी पाटील...'' असं म्हणून म्हातारीनं खालचा सूर लावला. आणि एक घाव दोन तुकडे करीत अप्पा म्हणाले, ''तसं न्हवं जी आणि असं न्हवं जी म्हणून हितं पागूळ लावायचा न्हाई. मुद्याचं बोलायचं...'' असं म्हणून त्यांनी म्हातारीचं तोंड बंद केलं आणि पुन्हा पोराला धारेवर धरलं. ''बोल, सोन्या कुटं

हाय? जनावरं घेऊन आलास तवा त्यो हुता का कळपात?''

यातून काही निष्पन्न होईना हे पाहून एकजण म्हणाला, ''हे बगा पाटील, हे एरंडाचं गुऱ्हाळ काय फायद्याचं?''

अप्पांनी विचारलं, ''मग करू या तर काय म्हणता?''

''असं करू – गावातनं दोन बत्त्या घेऊ, ह्या पोरालाबी संगट घेऊ आणि कुटं कुटं चरायला गेल्ती तो माळ सगळा पालथा घालून येऊ.''

ह्याला दुजोरा देत दुसरा एकजण म्हणाला, ''व्हय. जातंय कुटं? पार सगळा माळन् माळ ढवळू की.''

अप्पांना ही गोष्ट पटली. मग वेळ न लावता गडी पाठवून दोन तिथं चार बत्त्या मागवल्या. तालमीतली पोरंही गोळा होऊन आली. आणि रात्री आठच्या सुमाराला पन्नास-पाऊणशे लोक सोन्याला बघायला माळाकडं निघाले. मी येऊ का बरोबर, असं विचारलं तर नको म्हणतील – अंधारात तुझं आणि तिथं काय गटळं पुरलंय? – असं विचारतील हे लक्षात घेऊन अप्पांच्या ध्यानात येणार नाही अशा बेतानं मी त्या गर्दीत घुसलो. कुणाच्या तरी आडाआडानं चालत राहिलो.

गाव मागं राहिलं. अंधारात बुडून गेलं. बत्तीच्या उजेडात आम्ही माळावर आलो. बघावं तिकडं आभाळागत पसरलेला माळ तुडवावा तितका थोडाच होता. राखोळीचं पोरगं म्हणेल तिकडं जात होतो. रात्री आठचे नऊ झाले, नऊचे दहा झाले. पाक सारा माळ तुडवून कडमकाईच्या डोंगराजवळ आलो. एक भला मोठा राक्षस अंधारात मांडी घालून बसावा तसा तो डोंगर दिसत होता.

मध्येच एकजण मोठ्यानं ओरडला, ''ते-ते तिथं काय दिसतंय बघा.'' त्यानं बोट वर करून दाखवलेल्या दिशेला सगळेच बघत राहिले. झुडपाजवळ कसली तरी हालचाल दिसली. सगळ्यांच्या आशा फुलून आल्या. झपाझप पावलं टाकीत आम्ही पुढं जाऊ लागलो; आणि चार हरणांचा एक कळप आमची चाहूल लागताच टणाणा उड्या मारत पुन्हा अंधारात जाऊन दिसेनासा झाला. आम्ही थबकल्यागत जिथल्या तिथं उभं राहून बघत राहिलो. एरवी माळावर हरणांचा कळप दिसला की मला किती आनंद व्हायचा! पण आज हरणांना बघून मी हिरमुसला झालो. मला वाटलं होतं, माझा सोन्या दिसेल; पण त्याच्यऐवजी हरणांचा कळप समोर दिसला आणि घोर निराशा झाली.

रात्रीचे अकरा वाजून गेले. डोंगराच्या पायथ्याला पसरलेला माळ सगळा पालथा घालून झाला. सगळ्यांचीच निराशा झाली. मग एके जागी बसून थोडा वेळ खल केला आणि ओढ्यावगळीनं तपास करीत जायचं ठरलं. काहीजण ओढा बघत निघाले. काहींनी ओहळ धरले. त्यांच्या काठाकाठानं आम्ही जाऊ लागलो. आणि एकाएकी माझ्या अंगावर काटा उभा राहिला. त्या अंधारात एका घायपाताच्या

गड्ड्याला बघून मी विलक्षण भ्यालो. मला वाटलं, त्या अंधारात कुणीतरी दबा धरूनच बसलंय. मध्यरात्र झाली, तशा ऐकलेल्या भुताखेतांच्या गोष्टी मनात येऊ लागल्या होत्या आणि अशा वेळी ओढ्याच्या काठावर मला तो वाखफड्याचा गड्डा बघून नको ते मनात आलं. नकळत माझ्या तोंडातून किंकाळी बाहेर पडली आणि जवळ जे कोणी दिसलं त्याला घट्ट मिठी मारून थरथर कापू लागलो. माझ्या त्या अचानक किंकाळीनं सगळ्यांचाच थरकाप उडाला. एकाएकी ती किंकाळी ऐकून सगळे घाबरून घट्ट झाले. काय झालं, काय झालं करीत सगळेच माझ्याकडं धावले. गच्च डोळे मिटून आणि तोंड कुणाच्या तरी धोतराच्या सोग्यात खुपसून मी कसाबसा बोललो, "अगंऽऽ आई गं! तिथं कोणतरी बसलंय!"

"अरं, कुटं? काय? कोण बसलंय?" असे लोक विचारायला लागले. बरोबर अंदाज करीत कुणीतरी एकजण म्हणालं, "अहो, हे बगा. ह्या वाखफड्याच्या गड्ड्याला बगून भ्याला असंल."

हे ऐकून जरा धीर आला.

कुणीतरी पुन्हा विचारलं, "ह्या गड्ड्याला बघून भ्यालास व्हय?"

हळूच डोळे उघडून बघितलं. कोणी भूतबीत तिथं बसलेलं नसून खरोखरच वाळलेल्या वाखफड्याचा एक भला मोठा गड्डा मला दिसला आणि मनावरचं दडपण गेलं. हे दडपण गेलं आणि दुसरं आलं.

एके ठिकाणी गर्दी झालेली बघून बाजूच्या दुसऱ्या ओहळातनं चाललेले आमचे अप्पा आणि त्यांच्याबरोबरचे दहा लोक धावत आमच्याकडे आले. अजून मी माझं तोंड त्यांना दाखविलं नव्हतं. आता मला बघून ते काय म्हणतील हा घोर मला लागला. त्यांनी विचारल्यावर काय बोलावं आणि कसं हा विचार मी मनात घोळवू लागलो, आणि एवढ्यात अप्पा येऊन समोर उभेच राहिले. मला बघून तेच चपापले. काय बोलावं हे त्यांनाच कळेनासं झालं. येडबडल्यागत करून ते मला म्हणाले, "तू रं कसा?"

काही न बोलता मी गप्पच उभा राहिलो. तोंड उघडून बोलणार काय?

मग पुन्हा त्यांनीच विचारलं, "अरं, मला एक कळू न देता गुपचूप आलाईस. तुझ्या आईला तर सांगून आलाईस का?"

न बोलता मी नुसती नकारार्थी मान हलवली. आणि कपाळावर हात मारून अप्पा म्हणाले, "काय इदरकल्याणी पोरगं रं तू? मला एक न्हाई ते न्हाई, निदान घरात आईला तर सांगून यायचं न्हाई? अरं, तू आणि कुटं गडप झालास म्हणून काळजी करत बसली असंल की ती."

मध्येच कुणीतरी भर घालत म्हणालं, "अहो, आईचं आतडं हाय ते! काळजी करनार तर! साधी न्हाई, हराणकाळजी!"

आणि बत्तीच्या उजेडात खाली वाकून माझ्या पायाकडं बघत अप्पा म्हणाले, "पोरा, हे रं काय? पायांत काही न घालता अनवाणी आलाईस? आणि एवडं काय लागलंय पायाला? रगात बग ते."

मी पायाकडं बघितलं. एका पायाचा अंगठा आणि त्याजवळची दोन बोटं रक्तानं भरलेली होती. केव्हा काय लागलं होतं याची मला शुद्धच नव्हती. चालण्याच्या नादात मला काही कळूनच आलं नाही. खाली बसत अप्पांनी पाय हातात घेऊन नीट बघितलं आणि काळजाला धस लागल्यागत करून ते कळवळत बोलले, "अरं, केवडा अंगटा फुटलाय रं ह्यो! तुला कळलं कसं न्हाई रं पोरा?" आणि लोकांकडं बघून म्हणाले, "टिक्कीचा पाला कुटं दिसतोय काय बघा."

मग कुणीतरी टिक्कीचा पाला आणून त्याचा रस माझ्या त्या अंगठ्यावर पिळला. त्या पाल्याचाच लेप त्याच्यावर बसवला. एवढा उपचार झाला आणि मग माझ्याकडं पाठ करून खाली बसत अप्पा म्हणाले, "बाबा, बस पाटकुळीवर. झालं एवढं रग्गड झालं! चला, आता गप घरला जाऊ."

मी मुकाट्यानं पाटकुळीवर बसलो. सगळ्यांचाच हिरमोड झाला होता. एवढं हिंडल्याचा काही फायदा झाला नव्हता. सगळेच अबोल होऊन पाय उचलत होते.

मध्यान्‌रात्र उलटल्यावर आम्ही घरी आलो. आई, अक्का, मावशी आणि शेजारच्या चार बाया डोक्याला डोकी लावून अंगणात बसून होत्या. आम्ही जवळ आलो आणि आईचा हुंदका कानावर आला.

अप्पा म्हणाले, "काय झालं काय? असं का हे?"

कशीबशी उठून आई म्हणाली, "जरा चला की गोठ्यात. बगा चला, सोन्या गावला न्हाई न्हवं?"

काही न बोलता आईबरोबर आम्ही गोठ्यात गेलो. गोठा सगळा दुधानं भरलेला दिसला. सगळीकडं दूध पसरून पांढरं दिसत होतं.

अप्पांनी विचारलं, "दूध सांडलं व्हयं?"

आणखी एक हुंदका देऊन आई म्हणाली, "कशी असती आईची माया बघा. दूध कुठलं सांडतंय? अहो, सोन्याच्या आईचा पान्हा हाय ह्यो पान्हा! आपोआप सडांतनं धारा गळल्यात."

एकाएकी अप्पांनी विचारलं, "अगं, पर दावणीची गाय कुटं हाय?"

"बघा की कशी दावं तोडून पळून गेलीया! हंबारली हंबारली आणि एकाएकी गप्पच झाली... हे बया, आवाज का ईना म्हणून गोठ्यात जाऊन बघते, तर हे असं दिसलं."

दावणीचं ते तुटकं दावं हातात घेऊन चुकचुकल्यागत करत अप्पा म्हणाले, "काय म्हनायचं तर काय ह्याला? अंगट्याएवडं दावं तोडून ती पळाली तर कशी असंल?"

झोका दिल्यागत एक हात हलवून तो माझ्या तोंडाजवळ आणला आणि माझ्या गालाचा एक गचवाटा घेत आई म्हणाली, "अहो, मायाच असती आईची तशी! ह्या लेकरास्नी काय हाय काय त्याचं? बघा कसा पाटकुळीवर बसलाय निवान्तवाणी! उतर-उतर माझ्या काळा! अरं, सांगून जायचं न्हाई?" असं म्हणून तिनं उचलून मला पोटाशी धरलं आणि हपापल्यागत माझ्या तोंडावरनं हात फिरवत म्हणाली, "अरं, घाबरून घट्ट झाले हुते की रं मी हिकडं! म्हटलं, तू आणि कुठं बेपत्ता झालास? एक सोडून सात पीळ पडलं की रं माझ्या आतड्याला! ठरविलंत आता तुझ्यासंगं बोलायचंच न्हाई. पर न्हाई रं माझं मन तेवडं घट्ट! माझ्या सोन्या!..."

मला भडभडून आलं. एकाएकी डोळे डबडबले आणि कसाबसा 'आई' म्हणून मी तिच्या गळ्यात पडलो आणि कितीतरी वेळ आम्ही दोघंही मुसमुसून रडत राहिलो.

□

मीटिंग

रोज दिवस मावळायला आपलं गाव गाठणारा ग्रामपंचायतीचा सेक्रेटरीसुद्धा आज हापिसात हजर होता. कोऱ्या कागदांची एक चवड आडव्या तक्क्यावर ठेवून मांड घालून तो बसला होता. दाराच्या तोंडाला गटारावरच्या पायरीवर बसून म्हादू शिपाई बिड्या ओढत होता. सरपंचही गालात तंबाकू धरून तक्क्याला टेकून बसले होते. मधोमध एका तुळीला बत्ती टांगलेली दिसत होती. तिनं झकास सूर धरला होता. आज कसली तक्रार न करता तिचं मेंटल काम देत होतं; पण तिच्याऐवजी सरपंचाचीच बत्ती एकदम भडकली. लाळ नरड्यात गेली आणि शब्द बाहेर आले – "आयला म्हाद्या, नुसत्या बिड्या वडत बसलाईस व्हय रं मगाधरनं पायरीवर?" मग दुसरं काय करू? – असं विचारायचा धीर त्याला झाला नाही. हातातली जळती बिडी गपगुमान गटारात टाकून तो नुसता खोकला आणि आत बघत तसाच बसून राहिला.

पुन्हा एक खॅस मारत सरपंच म्हणाले, "लेका, आज मीटिंग हाय न्हवं रं?"

"व्हय. हाय की जी."

"मग आमी काय समादी लावून बसायला हितं आलोय व्हय? काय घरात कामं न्हाईत म्हनून हितं येऊन बसलोय?"

यावर म्हादा काय बोलणार? एकवार खोकल्यागत करून तो सहज म्हणायला गेला, "बगा की. अजून कुनाचाच पत्त्या न्हाई.''''

"मी बगून काय करू रंऽऽ लेका? काय जाऊन बोलवून अनू त्यास्नी?"

आपल्या अंगावरचं झाडत म्हादा बोलला, "दोन दिसांमागंच सगळ्यास्नी सांगून आलोय."

त्याच्याच शब्दांत त्याला पकडून सरपंच म्हणाले, "दोन दिसांमागचं कसं आटवनीत ऱ्हाईल त्यांच्या?"

“तारीखवार तीन-तीनदा सांगितलंय हो.”

“तू धादा सांगितलं असशील,” असं म्हणून त्यांनी विचारलं, “पर आज सगळ्यास्नी पुन्ना आटवन देऊन आलायस काय?”

म्हादानं पुन्हा आठवण करायला आज काही फेरी मारली नव्हती. हातनं गुन्हा घडल्यागत तो गप बसला आणि आपल्या दोन्ही हातांची कोपरं तक्क्यावरच्या कागदावर टेकवून सेक्रेटरी त्याला म्हणाला, “सकाळची गोष्ट सांची ध्यानात ऱ्हात न्हाई आनि दोन दिसांमागचं कसं आटीवनार?”

असं विचारल्यावर म्हादा त्यांच्या तोंडाकडं बघत राहिला आणि सरपंच एक खाकरा काढून म्हणाले, “लेका, दर्पानात बगितल्यागत नुस्तं तोंडाकडं काय बगत ऱ्हायलाईस? जा, घरं पुजून ये जा. सूट लवकर.”

तो निघणार एवढ्यात बाळा माळी एक हजर झाला. त्याला बगून म्हादा म्हणाला, “माळी एक आलं बगा!”

“एकानं काय हुतंय? अजून बाकीचं याचं हैत. तू हान गाडी. फुडं घालूनच घेऊन याचं बग.”

मग उभा न राहता पाय उचलून म्हादा सटक्यानं गावात निघाला. खरं म्हणजे आता टाईम झाला होता. अशा वेळी वर्दी द्यायला जाणं त्याला अवघड वाटत होतं. कारण कोणी जेवून झोपलं असणार तर कोणी जरा ‘घेऊन’ बसलं असणार. म्हादाचं मन कचवचत होतं, तरी त्याला जाणं भाग होतं. न जाऊन काय करतोय? लोहाराचं घर आलं तसा तो थांबला. अंगणात उभा राहून उगंच एक खाकरा काढला आणि आत बघत हाळी दिली – “बापसाबअऽऽ!”

लोहाराची बायको बाहेर येत म्हणाली, “कोन गा?”

“मी – म्हादा शिपाई जी.”

“का रं म्हादू?”

म्हादानं विचारलं, “पंच काय करत्यात?”

“पंच निजल्यात की रं बाबा,” असं म्हणून तिनं विचारलं, “का आल्तास?”

“मीटिंग हाय न्हवं आज.”

“मग काय बोलवाय आल्तास?”

“व्हय.”

“मग तू आल्तास म्हनून सकाळचं सांगतो त्यास्नी.”

तोंडाकडं बघत म्हादा म्हणाला, “मीटिंग आत्ता हाय आणि सकाळी सांगून काय फायदा?”

“खरं मगाशीच निजलं की रं ते.”

“येवड्या लवकर खाल-वर घालून पडलं?” असं विचारून तोच बोलला,

"मग आता कसं करायचं?"

"गडद निजल्यात म्हनून सांग जा की."

"असं कसं सांगू?" असं म्हणून तो धीरानं म्हणाला, "उटिवलं तर बरं हुईल. फुडं घालूनच घेऊन याला सांगितलंय."

"मग तूच आत ये आणि हाक मारून बग," असं म्हणून ती आत वळली. म्हादानंही एक खाकरा काढून थुक बाहेर टाकली आणि घसा साफ करून तो आत सोप्यावर गेला.

बापशा लोहार खाल-वर वाकळ घेऊन तिथंच भिंतीला लागून पडला होता. म्हादानं टक लावून त्याच्याकडं बघितल्यागत केलं आणि बेतानं हाक मारली, "बापसाऽऽब −"

एकाएकी तंबोऱ्याची तार तुटावी तसा घोटाळा झाला आणि तोंडावरचं पांघरून न काढता आतनंच तो खेकसला, "कोन ते?"

"मी म्हादू हाय हो."

"का रं म्हाद्या?"

"मीटिंगला बोलवाय हो."

"अरंच्यायला! मीटिंग हाय न्हवं का?" असं म्हणून तोंडावरचं पांघरूण काढत त्यानं सांगितलं, "म्हाद्या, मी झोपलोय रं."

काय बोलावं हे नकळून म्हादा तोंडाकडं बघत राहिला, आणि बापशा म्हणाला, "जा, झोप लागलीया म्हणून सांग जा."

तसंच मागं फिरावं की काय करावं, असा विचार करत त्यानं खडा टाकला, "आला असता म्हंजे बरं झालं असतं."

"का रं?"

"सरपंच लई खवळल्यात. फुडं घालूनच घेऊन याला सांगितलंय."

"ते झालं खरं. झोपलोय की रं मी."

म्हादानं तोड काढली. तो म्हणाला, "अहो, असं का करत न्हाई? हितं झोपायचं ते तिथं येऊन पडा की."

एका अंगाची कंबर मोडत बापशा बोलला, "धाकल्या पाटलाच्या गाडीची आज धाव बशिवली. दिवसभर लई दमनूक झालीया रं."

आपला ठेका न सोडता म्हादा म्हणाला, "मग तिथं येऊन पडा की. मधी उटवून आनि च्या देतो."

"आज च्याचा सराजमा हाय व्हय?"

"व्हय."

"दूध ते सारं आनलंय?"

"सगळं तयार हाय बगा." असं म्हादानं म्हटल्यावर बापशा दुसऱ्या अंगावर वळला. काडकाड कंबर मोडली आणि झटका आल्यागत करून तो चटशिरी उठला आणि एक चादर अंगावर घेत म्हणाला, "चल तर मग."

"तुमी व्हा म्होरं."

"आनि तू?"

"तवर बाकीची मेंबरं आनि गोळा करून घेऊन येतो."

"अजून कोनच आलं न्हाई?"

"न्हाई. बाळा माळी एक आल्यात की."

"आनि मग रं?"

"तवर जाऊन एक झोप काडा की."

बापशा लोहार घरातनं बाहेर पडेतोवर तो तिथंच थांबला. तो वाटेला लागला हे बघून त्यानंही मग पाय उचलला. आता कुणाकडं जावं याचा विचार करत तो रस्त्यानं निघाला. रामा धायगुड्याचं घर जवळ होतं; पण त्याला जाऊन गाठायची छाती होईना. ह्या टायमाला तो पिऊन तर्रर्र झाला असेल. आपण बोलवायला जायचं आणि गडी तरबत्तर होऊन शिवी देत अंगावर आला तर काय करायचं? त्या शिव्या खायला नकोत आणि तिकडं जायलाही नको, असा विचार करून तो सरळ सोनारगल्लीत घुसला.

पितळंची नळी तोंडाजवळ धरून भालू सोनार आपल्या कामात गर्क होऊन गेला होता. म्हादा दारातनं आत आला तरी त्याला कळलं नाही. मग म्हादानंच म्हटलं, "काय चाललंय?"

भुवया उचलून एकवार सोनारानं वर बघितलं आणि पुन्हा खाली बघत म्हटलं, "काय म्हादू?"

"मीटिंगचं इसरला?"

"इसरतोय कुटलं?"

"मग?"

"काय हे चाललंय काम, दिसत न्हाई?"

जरा बघितल्यागत करून म्हादा म्हणाला, "वाट बगाय लागल्यात की."

"खरं, गिराइकबी वाट बगत बसलंय न्हवं!"

देसायांची आवडाक्का तिथं बसूनच होती. ती आपण होऊन म्हणाली, "बाबा, दागिनं घेऊन सकाळी बारशाला जायाचं हाय."

"मग काय करतासा?" असं विचारून म्हादा उभा राहिला आणि सोनार म्हणाला, "काय करू तू सांग."

"जरा येऊन जावा की."

“येऊन जाऊ?”

“व्हय. हजरी लावायची आनि याचं.”

“हातातलं काम सोडून येऊ व्हय?” असं विचारून तो म्हणाला, “लेका, बारसं म्हत्त्वाचं का तुझी मीटिंग महत्त्वाची?”

आवडाक्कानंही सूर ओढला, “बाबा. रातोरात दागिनं झालं पायजेत. सकाळी उठून पैल गाडी धरायची हाय.”

“बरं, मग जातो तर.”

“हो फुडं. काम संपलं की येतोच म्हनून सांग.”

म्हादा बाहेर पडला आणि कोळ्याच्या गल्लीत शिरला. शंकर कोळ्याचं घर आलं आणि बाहेरनं कानोसा घेत त्यानं विचारलं, “शंकरअन्ना हैत का?”

हातात एक चिमणी घेऊन कोळ्याची बायको बाहेर दारापर्यंत आली आणि म्हादाला बघून म्हणाली, “मीटिंगलाच गेल्यात की.”

“असं व्हय?” असं म्हणून म्हादा वळल आणि तिनं विचारलं, “तिथं न्हाईत काय?”

“मगापतुर न्हवतं.”

“तू कवासं भाईर पडलाईस?”

“झाला की अर्धा तास.”

“बगितलास काय?” असं म्हणून ती त्याच्या तोंडाकडं बघत राहिली. आणि हाताचा मुटका हनुवटीला लावून म्हणाली, “यास्नी जाऊन वाडूळ झाला की.”

“मग वाटंत कुटं तरी बसलं असतील.”

ती फणकाऱ्यानं बोलली, “कुटं बसत्यात? गेलं असतील त्या धनगरनीकडं.”

“कुटं?” म्हणून विचारू नये तो प्रश्न त्यानं विचारला, आणि अंगाचा भडका उडाल्यागत करून ती म्हणाली, “त्या परटाच्या फुटानीकडं रंऽऽ माझ्या बाबा!”

रागरंग ओळखून तो गप्प झाला आणि तिनं त्याला काम सांगितलं.

“तिथं बसल्यात का हे बगून सांगाय ए बगू. असलं तर मग चांगली मीटिंग काडतो त्यांची!”

एकवार खाल-वर बघत म्हादा म्हणाला, “न्हाई. मीटिंगलाच गेलं असतील.”

“अरं, उंदराला मांजर सामील! तू काय सांगतोस माझ्या हाट्या!”

“बरं, जाऊन बगून येतो.”

“ये जा. तितंच असनार बग ते.”

आधीच वेळ झाला होता, त्यात हे काम निघालं. उशीर झाला तर सरपंच जोड्यानं हाणणार. बरं, हे काम न करावं तर कोळ्याची बायको मिशीला कांदं बांधणार. काय करावं, असं करतच तो परटिणीकडं गेला. दोघंही सोप्यालाच होते.

एक गुढघा वर करून ती भिंतीला टेकून बसली होती आणि शंकर कोळी तिच्यासमोर झोपाळ्यावर बसून पान खात बसला होता.

म्हादा दारात आला, तसं कोळ्यानंच विचारलं, ‘‘घराकडनं आलास काय रं म्हाद्या?’’

‘‘व्हय.’’

‘‘अरं त्यच्याऽऽ आयला!’’ असं म्हणून त्यानं पुन्हा विचारलं, ‘‘काय बोल्लीका आमची बायकू?’’

‘‘हितं बसलं असतील म्हनून सांगितलं.’’

‘‘आनि रं?’’

‘‘आनि बघून सांगायला ए म्हनून सांगितलंय.’’

‘‘सांगायला?’’

‘‘व्हय.’’

‘‘मी मीटिंगला जातो. आनि तू घराकडं जाऊन मी हितं न्हाई म्हनून सांग जा. हितं बसलोय म्हणून सांगितलंस तर जोड्यानं हानीन बग!’’

‘‘बरं,’’ म्हणून तो पुन्हा कोळ्याच्या घराकडं गेला. सांगायचं ते सांगून पुढच्या कामाला लागला.

वाटेत दाजीबा देसायांचा वाडा लागला. देसाई गेलेत का घरात आहेत हे बघावं, असं म्हणत तो वाड्यात शिरला. उघड्या अंगानं देसाई ढेलजेवर उभा होता. दोन गडी जोंधळ्याच्या पोत्यांची हलवाहलव करीत होते.

म्हादाला चौकात बघून देसाई म्हणाले, ‘‘अरे ए, ये. लौकर ये.’’

पायातलं काढून खाली ठेवलं आणि म्हादा वर ढेलजेवर गेला. देसाई म्हणाले, ‘‘देवानं धाडल्यागत बरं वेळेवर आलास! खोच, खोच, धोतार खोच वर...’’

तो कसाबसा बोलला, ‘‘मीटिंगला बोलवाय आल्तो.’’

‘‘येवढी थप्पी रचू आनि जाऊ की. खोच धोतार आनि जरा हात लाव.’’

धोतर खोचत तो म्हणाला, ‘‘आधीच येळ झालाय.’’

‘‘मग आनि जरा झाला येळ म्हनून काय बिगडलं?’’

‘‘तुमाला न्हाई, खरं मला शिव्या बसतील.’’

‘‘मी येटीला धरलं म्हनून सांगतो. तू का काळजी करतोस?’’

काळजी लागून तरी तो काय करणार? काळजी लागली होती तरी तो धोतर खोचून पुढं झाला आणि गपगुमान कामाला लागला. एक खंडी जोंधळ्याची वीस पोती रचून झाली. घाम फुटला. आणि देसाई म्हणाले, ‘‘आता च्या पिऊ आनि जाऊ.’’

घाम पुसत तो बोलला, "च्याबी काय नगो."

"का रं?"

"अजून दोन मेंबरांची गाट घेऊन फुडं जायाचं हाय. जातो सटक्यानं."

"अरं, बस की. च्या घेऊन जा."

"नगो नगो. मी जातो फुडं. तुमी निगता न्हवं?"

"मी कशाला निगतोय रं आता?" असं त्यालाच विचारून ते म्हणाले, "अजून माझं जेवानखान व्हायचं. मी जेवनार कवा आनि मीटिंगला जानार कवा?"

"असं म्हंता?"

"व्हय. ह्याच कामात गुतापून पडलोय न्हवं मगाधरनं. अजून उद्याची जोडनी ते बगाय पायजे."

"बरं, मग मी जाऊ?"

"जातोस?"

"व्हय."

देसाई म्हणाले, "मग असं कर की –"

"कसं?"

"जाता जाता बैलजोडी एक कुनाची मिळती का बग."

"बैलजोडी?"

"आमच्या बैलांचं खांदं आल्यात रं. उसाला पानी पाजायचं हाय."

म्हादा विचार करत उभा राहिला. आणि देसायांनी विचारलं, "सांगतोस न्हवं?"

"आता कवा सांगू हो अन्ना?"

अण्णा खवळले. एका हाताच्या बोटांनी खराखरा डोकं खाजवत म्हणाले, "तुला सवड व्हायची न्हाई रंऽऽ! सरपंचाच्या गोठ्यातलं शेन काडतोस, पर आमची हिकडची काडी तिकडं करनार न्हाईस!"

"तसं न्हवं अन्ना."

"अरं काय अन्ना? मी वळकून हाय!"

"मग आता काय बोलायचं?" असं म्हणून म्हादा खाली मान घालून उभा राहिला. आणि देसाईअण्णा जोरात बोलले, "अरं, काय बोलतोस तू! जाता जाता जरा एवडं कर म्हटलं तर गारानं सांगत बसलाईस!"

"आधीच येळ झालाय म्हनून म्हटलं हो अन्ना."

"काय म्हटलं म्हंतोस आनि लेका? तू काय लायकीचा हैस हे समजलं! जा तू आता. सूट!"

देसायांनी त्याला एक मिनिटसुद्धा उभं राहू दिलं नाही. काळाठिक्कर चेहरा

करून तो तिथनं बाहेर पडला. किती रात्र झाली याचा अंदाज येत नव्हता. अजून दोन-तीन घरं त्याला फिरायची होती. पण असाच वेळ मोडला तर काय करावं? कोणी वेठीस धरलं तर नाही म्हणता येतं? भीमा पाटलाकडं जाण्याचा त्याला धीर झाला नाही. रामा धायगुड्याचं घर तर त्यानं मघाशीच वर्ज्य केलं होतं. आता तर उशीर झाला होता. एखाद्या वेळेस कोरम भरला असेल असा मनाला ताळा घालून तो सटक्यानं पाय उचलू लागला.

तारा खड्डाचं घर वाटेवर होतं. जाता जाता तेवढं बघावं आणि पुढं सुटावं असा मनाला ताळा घालून तो खड्डाच्या घराकडं गेला. चार बायका जमवून तारामावशी अंगणातच बोलत बसली होती.

म्हादाला बघून तीच म्हणाली, "काय रं म्हादू?"

"मीटिंगला बलवाय आल्तो तारामावशी."

"मी कशी येऊ रं बाबा?"

"का? काय झालं?"

ती म्हणाली, "माझी म्हस याला झालीया आनि मीटिंगला कसं येऊन भागंल?"

"ती काय मीटिंगला जाऊ नगो म्हंती?"

"मग हिकडं तिचं बाळतपन कोन करंल?"

"काय लगीच येती काय?"

"अरं, तिचा काय नेम?"

"तशी बसू-उटू लागली तर कुनाला तरी येऊन सांगायला सांगा की."

"असं म्हणतोस?"

"व्हय."

तिला मोह झाला, तशी एकवार ती गोठ्यात जाऊन चक्कर मारून आली आणि हातात एक कंदील घेऊन म्हणाली, "चल बाबा. बायका बसल्यात तवर जाऊन येऊ."

एक दसऱ्याची शिकार साधावी तसा म्हादाला आनंद झाला. म्हातारीला पुढं घालूनच तो सपाट्यानं हापिसावर आला. त्याला बघितल्या बघितल्या सरपंचांनी डोळे वटारून ताव काडला, "येरवाळी आलास बाबा! कवासं निगालतास?"

काही सांगून फायदा नव्हता. एका खांबाला टेकून तो गप उभा राहिला. तारामावशीही हातातला कंदील बारीक करून खाली टेकली. तिला बघून सेक्रेटरी म्हणाला, "आता कोरम भरला."

सरपंच मात्र अजून तावातच होते. बाळा माळी बसल्याबसल्या डुलका घेत होता आणि बापशा लोहार भिंतीला लागून आडवा झाला होता. त्या दोघांकडं

आळीपाळीनं बघत सरपंच आपली मिशी कुरतडत बसले होते. मग तारामावशीनं आपली तपकिरीची डबी हातात घेतली आणि त्यावर बोटानं टिचकी मारत ती म्हणाली, ''का बसलाय? आता सुरू करा की काम.''

''रामा धायगुडे एक येतोय का बगू.''

''अशी वाट बगत बसला म्हंजे सगळी आडवी हून घोराय लागतील.'' असं म्हणून तिनं हातातली डबी सरपंचांपुढं धरली. तसं ते म्हणाले,

''डबी कशाला देतीस तारामावशी? मी काय तपकीर वडतो व्हय कवा?''

''तुमी वडू नका.''

''तर काय करू?''

''एक चिमूटभर घ्या आनि त्यो बापशा ल्हवार बघा कसा घोराय लागलाय त्याच्या नाकपुडीत कोंबा जरा.''

सरपंचांचा राग गेला. त्यानं तपकिर बापशाच्या नाकात कोंबला आणि बापशा शिंका देत खडबडून जागा झाला. गडबडीनं त्यानं नाका-डोळ्यांचं पाणी पुसलं आणि डोळे झाकूनच सेक्रेटरीला विचारलं, ''च्या झाला का?''

तारामावशी म्हणाली, ''झाला म्हनू नको बाबा.''

''का हो मावशी?''

''च्या झाला म्हटल्यावर जीव दील!''

त्यावर सगळी मंडळी खो खो हसली आणि डोळे चोळत बापशानं विचारलं, ''खरं सांगा की च्या झाला का न्हाई? ओऽऽ शेक्रेट्री!''

''मीटिंगच्या आधीच च्या व्हय?''

''म्हंजे अजून मीटिंग सुरू न्हाई व्हय?''

''कशी हुनार?'' असं सरपंचांनी विचारलं आणि लगेच बापशा पोटात पाय घेऊन म्हणाला,

''च्याची येळ झाली म्हंजे उटवा.''

''आणि मीटिंग?''

''हायच की मी. हे काय पडून ऐकतोय.''

''ए बाबा,'' असं म्हणून तारामावशी सांगू लागली, ''माझी याला झाल्याली चारशाची म्हस गोट्यात बांधून आलोय आणि तुमी झोपा काढता व्हय हितं?''

ह्या बोलण्यानं बाळा माळीही जागा झाला. बसल्याबसल्या मान मोडत तो बोलला, ''झोप जायाला आदी च्या करा. च्या घेऊनच मीटिंग सुरू करा.''

सगळ्यांचंच असं म्हणणं पडलं आणि मग म्हादूनं चहाचं आधण ठेवलं. स्टो वाजू लागला, तशा सगळ्यांच्याच झोपा उडाल्या. बापशानंही चूळ भरून डोळ्याला पाणी लावलं, तसा एकेक उठून चूळ भरून येऊ लागला. सगळ्यांनी तोंड तयार

ठेवलं आणि कप-बशी हातात येण्याची वाट बघू लागले. सगळ्यांचा चहा व्हायला अर्धा घंटा लागला. मग कोणी बिड्या पेटवल्या, कोण पानाचे देठ खुडत बसले. आणि एक बिडीचा भक्कम झुरका घेऊन बापशा म्हणाला, ''चला अता. जाऊन गप पडू जाऊ.''

''आनि मीटिंग?''

''आता ती कवा सुरू व्हायची आणि सपायची कवा?''

बाळा माळीही म्हणाला, ''आत्ताच बक्कळ रात्र झालीया.''

सरपंच म्हणाले, ''मग हुईना. च्या झालाय न्हवं?''

''च्या झालाय खरं, पर मला येरवाळी उटून आनि मोट धरायची हाय.''

शंकर कोळी उठून पायांत घालत म्हणाला, ''निम्मी रात्र गेली आनि कसली मीटिंग घेता आता? फुडच्या आटवड्यात ठेवा.''

''अ...कोळी,'' असं म्हणून सरपंचांनी त्याला हाक मारून म्हटलं, ''या, या कुटं निगाला?''

''अहो, बारा वाजाय आलं असतील.''

''वाजू द्यात. या हिकडं,'' असं म्हणून त्यांनी सेक्रेटरीला विचारलं, ''अजिंड्यावर काय हाय? आवरा बगू लवकर आता.''

उठून निघालेली माणसं कशीबशी बसवून ठेवली. सेक्रेटरीनं कागद हातात घेतले. एकवार अजिंड्यावरनं नजर फिरवली, आणि आता काही बोलायला तो तोंड उघडणार एवढ्यात बापशानं तंबोरा जुळवून सूर लावला. त्याचं घोरणं सुरू झालं, आणि डोळ्यांत पेंग घेऊन बाळा माळीही उठला. अंगावरची चादर झटकली आणि कोपरा धरून त्यानं पाय लांब केले. हाताची उशी डोक्याखाली घेऊन तो गडद झोपी गेला. हे बघून सेक्रेटरीनं विचारलं, ''काय करू?''

सरपंच रागानं म्हणाले, ''विचारता काय? मीटिंग सुरू करा!''

– आणि मीटिंग सुरू झाली!

□

खड्डा

हातात एक औषधाची बाटली घेऊन संभा दारात आला. त्याचे पाय वाजले आणि बायको माजघरातनं उठून बाहेर सोप्याला येत म्हणाली, ''तुमी दवाखान्याला गेला आनि रक्ताची गुळनी झाली की हो!''

छातीत धस्स झालं. एकाएकी तोंडच उतरलं. बायकोबरोबर बोलत उभा न राहता संभा तसाच आत, माजघरात गेला. आईच्या अंथरुणाजवळ जाऊन गप्पच उभा राहिला.

म्हातारी डोळे झाकून निपचित पडली होती. एकाला तीन महिने ती अंथरुणावर पडून होती. अंगात काही राहिलं नव्हतं. नुसती हाडं आणि कातडीच शिल्लक होती.

संभा उशाजवळ खाली बसला. त्याला आईकडं बघवत नव्हतं आणि तोंडानं बोलवतही नव्हतं. हातांचे कोपर निघाले होते. नुसत्या तुरकाट्या दिसत होत्या. चांदीचे गोट कोपराला येऊन भिडले होते. पोटात भडभडून आलं.... किती इंजेक्शनं दिली, औषध बदलून बदलून दिलं, तरी गुणच येत नव्हता. काय करावं?... म्हातारी अशी नावनाव झिजतच का चालली?... एक उसासा टाकून संभानं आईच्या कपाळावर हात ठेवला. हालचाल करीत म्हातारीनं डोळे उघडले. पापण्यांचं टोपण निघालं आणि बुबळं बघत राहिली. संभानंच विचारलं, ''काय आई, काय बेत?''

बुबळं बघतच राहिली. फडक्यानं पाटी पुसावी तसं धोतराच्या सोग्यानं संभानं कपाळावरचा घाम पुसला आणि उगंच तोंडाकडं बघत राहिला. उघडलेले डोळे झाकून म्हातारी गप्पच पडून राहिली. पायथ्याजवळ तोंडाला पदर लावून उभी राहिलेली तिची सून सांगू लागली, ''एक तांब्याभर रगात पडलं बगा?''

संभा उठला. न बोलता सोप्याला गेला. दाराच्या चौकटीजवळ घुटमळल्यागत

जरा वेळ उभा राहिला आणि आत बघून बायकोला म्हणाला, "जरा भाईर ये गं."

बायको बाहेर आली. संभानं विचारलं, "रगात का पडावं गं?"

"बघा की!"

"मग दुसरं आनि काय औशिद बदलून देतोय काय बगून येऊ जाऊ?"

"या जावा," असं म्हणून बायको म्हणाली, "तांब्याभर रगात पडलं म्हनून सांगा. आनि म्हनावं, काय तरी जाळी जाळी दिसत होती. काळ्या काळ्या गाठी दिसत हुत्या बगा."

संभानं पायांत घातलं. तो जोता उतरून खाली गेला. दाराच्या तोंडाशी येऊन बायको बोलली, "उलटी झाल्यापस्नं लई पेकाळून गेल्यात म्हनून सांगा. शक्तीच सगळी गोळा होऊन आल्यागत झालीया म्हनावं."

सपाट्यानं पाय उचलत संभा दवाखान्यात गेला. डॉक्टरला बघून त्याच्या डोळ्यांत पाणीच आलं. तोंड गेल्यागत झालं.

आणि डॉक्टरनी विचारलं, "का आलास परत?"

संभाला धड बोलता येईना झालं. एक आवंढा गिळल्यागत करून तो म्हणाला, "औशिद न्याला मी हिकडं आलो आनि रक्ताची उलटी झाली म्हनं."

डॉक्टर तोंडाकडं बघत राहिले.

संभानंच विचारलं, "असं का व्हावं बरं?"

एकदा डोळे झाकल्यागत करून एक उसासा टाकत डॉक्टर म्हणाले, "आपल्या हाती असतं तेवढं करून पाहायचं!"

पोटात डबराच पडला. पायांवर उभं राहता येईनासं झालं, तसा संभा दोन पायांवर खाली बसला. वर तोंडाकडं बघायचं ते खाली भुईकडं बघत राहिला. न विचारताच सांगू लागला, "चांगलं एक तांब्याभर रगात गेलं. कायतरी जाळी जाळी पडल्यागत झाली म्हनं. गाठी दिसत हुत्या बगा."

थोडावेळ विचार केल्यागत करून डॉक्टर खुर्चीतनं उठले. दोन-तीन बाटल्यांतलं औषध एकत्र केलं आणि पुडी बांधून संभाच्या हातात देत ते म्हणाले, "गेल्या गेल्या एवढं मधात घालून चाटव."

हातात पुडी घेऊन संभा गप्पच उभा राहिला. खाली पायाकडं बघत म्हणाला, "येऊन बघून जाता?"

न बोलता डॉक्टर खुर्चीतच बसून राहिले.

संभाच म्हणाला, "उलटी झाल्यापस्नं म्हातारी लई पेकाळून गेलीया."

डॉक्टर काही बोलले नाहीत. एक सिगारेट पेटवून त्यांनी तोंडात धरली. संभा उभाच राहिला. त्याच्याकडे बघत डॉक्टर म्हणाले, "जा, हे औषध दे. काय होतंय ते बघू. नंतर कळव."

संभा घरी आला. बायको वारा घालत बसली होती. झाकलेला डोळा म्हातारी उघडत नव्हती. नुसती उलघाल सुरू होती. जवळ जात संभानं बायकोला विचारलं, "का गं? असं का?"

"पोटात डोंबच पडला म्हनाय लागल्यात."

घाबरा होऊन संभा बघत राहिला. हातात पुडी धरून गप्पच उभा राहिला. आणि हे बोलणं ऐकून म्हातारीनं एकवार डोळे उघडून वर बघितलं. संभा खाली बसला. म्हातारीला सोसवेना झालं होतं. दोन्ही हात पोटावर ठेवून ती विव्हळू लागली. पुढं वाकून संभानं विचारलं, "काय हुतंय गं आये?"

"पोटात नुस्ता इस्तू पडलाय रं संबा! अरं देवा देवाऽ! काय करू रं बाबा? सोसवंना झालंय रंऽऽ मला!..."

संभाला धीर निघाला नाही. घरात न थांबता तो पुन्हा दवाखान्यात गेला. डॉक्टरांना म्हणाला, "पोटात डोंबच लई घातलाय हो! म्हातारी नुस्ती घालून घ्या लागलीया बगा."

डॉक्टर खुर्चीतच बसून राहिले. काय करावं हे त्यांना कळत नव्हतं. आणि दोन्ही हात जोडून संभा म्हणाला, "डॉक्टर, रुपयं दोन हजार लागो, लई काय न्हाई, अजून चार-सा म्हैने म्हातारी जगू द्या."

डॉक्टर तोंडाकडं बघत राहिले. संभा सांगू लागला –

"अप्पांची एक समादी बांदायची ऱ्हायलीया. त्यवडी तिच्या डोळ्यांदेखत बांदतो. त्याचं उदेपन हू द्या. बांदल्याली समादी त्यवडी तिनं बगावी हीच विच्छा हाय. आनि चार म्हैनं जगवायचं करा. कितीबी खर्च येऊ द्या. हो तर एक रान घानवट टाकतो, न्हाईतर खरेदी देतो..."

संभा असा बोलत राहिला. त्याचं सगळं बोलून झालं. डॉक्टर खुर्चीतनं उठले. जवळ जाऊन त्यांनी त्याच्या पाठीवर हात ठेवला. डोळ्यांतल्या पाण्याकडं बघत ते म्हणाले, "तसं असतं तर तुला मागंच नसतं का सांगितलं? धीर धर आणि करता येईल तेवढी आईची सेवा कर. जा."

संभा घरात आला. म्हातारीची उलघाल सारखी चालू होती. त्याला जवळ बसवेना झालं.

सकाळ गेली. दुपार झाली. म्हातारीला जास्तच झालं. संभाला तर जवळ बसवत नव्हतं. हाल बघवत नव्हते. कसला विस्तू पोटात पडला होता कळत नव्हतं. विषारी गोळ्या खाल्ल्यावर एखादं कुत्रं तडफडावं तशी तिची सारखी तडफड होत होती. म्हातारी खालच्या भुईला टाचा घासत पडली होती. विव्हळायला अंगात शक्ती राहिली नव्हती. नुसती कण्हत होती. ऐकवत नव्हतं. आतड्याला पीळ पडल्यागत झाला होता. काय करावं कळेना झालं. संभा उठला. कुठं चित्तच

लागत नव्हतं. तो एकटाच परड्यातल्या गोठ्यात गेला. बसलेल्या म्हशी चटाचट उठून उभ्या राहिल्या. एका म्हशीच्या तोंडावरनं हात फिरवत संभा दावणीच्या खुंट्याला लागून खाली बसला आणि तोंडाकडं बघत म्हणाला, ''असलं काय झालंय गं बाई तुझ्या मालकिनीला?''

घळाघळा डोळ्यांतनं पाण्याच्या धारा वाहू लागल्या. उमाळाच थांबत नव्हता. खुंट्याला कपाळ लावून एकटाच रडत बसला आणि म्हशीच्या तोंडाकडं बघत म्हणाला,

''बाई, म्हातारीशिवाय दुसऱ्या कोनाला धार काडू देत न्हवतीस. उद्या यालीस म्हंजे तुजी कोन धार काडणार गं? कोन तुजी द्रिष्ट काडणार?''

संभा बसून राहिला. तास-अर्धा तास गेला. धोतराच्या सोग्यानं डोळे पुसून तो उठला. बसाय तं होईना, तसं गोठ्यातनं बाहेर पडला. खालमान घालून गप घरात आला.

आई सारखी कण्हत होती. बायको उशीला बसून वारा घालीत राहिली होती. शेजारणी-पाजारणी सगळ्या भोवतीनं गोळा झाल्या होत्या. कुणी बोलत नव्हतं. सगळ्याच गप बसून होत्या. बायकांची गर्दी बघून तो सोप्याला आला.

सोपाही सगळा माणसांनी भरला होता. बाळूकाका चिलीम ओढत बसला होता. तोंडाची चिलीम बाजूला करून तो संभाला म्हणाला, ''पोरा, हिकडं ये जरा.''

संभा जवळ गेला. बाळूकाका म्हणाला, ''म्हातारी काय घोटाळा करती कळत न्हाई. तिच्या लेकीला तर सांगावा धाडावा.''

संभाचा विचार घेतल्यागत करून बाळूकाकानं एक तिथं चार गावांना माणसं सोडली. सायकली गेल्या आणि पोटात डबराच पडल्यागत झाला. हातापायातनं वारं गेल्यागत संभा बसून राहिला. जीव बेचैन होऊन गेला होता. त्याला धड बसवत नव्हतं. कुणाबरोबर बोलवत नव्हतं. काय करावं हेच कळत नव्हतं. उठून उठून तो आत जात होता. जवळ न जाता लांबनंच तोंड बघून तो पुन्हा बाहेर सोप्याला येत होता. आत आईचा जीव घुटमळला होता. आणि बाहेर संभाला कसला धरच पोचत नव्हता. सारखी उलघाल सुरू होती. एका जागी बसवत नव्हतं.

तोंडाला चिलीम लावून बाळूकाका म्हणाला, ''तिची लेक त्यवडी आली झटक्यानं तर बरं हुईल. आजची रात जानं कठीण हाय.''

बसलेला संभा उठून उभा राहिला. त्याला आत जाऊन बघायचं होईना झालं. घुटमळल्यागत तो तसाच उभा राहिला. न बोलता जोता उतरून बाहेर अंगणात गेला. पोरगं एकटंच का बाहेर गेलं म्हणून बाळूकाकाही उठला. एका खाकरा काढल्यागत करून दाराच्या तोंडाशी येत म्हणाला, ''संबा, भाईर का रं?''

"का न्हाई." असं म्हणून संभा उन्हातच उभा राहिला.

जोता उतरून बाळूकाकाही खाली गेला. खांद्यावर हात ठेवून बोलला; "असा धीर सोडून कसं भागंल रं?"

दोघंही बाहेरच्या दगडी कट्ट्यावर बसले. मध्येच म्हातारी जोरानं विव्हळत होती. बाहेरून ऐकू येत होतं. संभा म्हणाला, "काका, हे काय हून बसलं गा? आज एकाएकीच लई झालं. लई तळमळाय लागलीया गा!"

"एकाएकीच कसं पोरा? तीन म्हैनं झालं, झिजाय लागलीया न्हवं? पान पिकत आलंय बाबा. काय करायचं?"

दोन्ही हातांनी संभानं आपलं कपाळ घट्ट दाबून धरलं. बोटांत बोटं गुंतवून तिडा घातल्यागत केला. कराकरा दात वाजवून तो म्हणाला, "सगळा घोटाळा झाला काका! तिच्या डोळ्यांदेखत अप्पांची समादी तेवडी बांदून व्हायची हुती. या आजारपणात अमालाबी काय त्यवडं सुचलं न्हाई. तिच्या डोळ्यांदेखत येवढं व्हायला पायजे हुतं. काय दावा सादला बगा देवानं!"

असं बोलता बोलताच संभा उठला.

बाळूकाकानं विचारलं, "काय करतोस?"

"काका, बसवंना गा मला. काय करू?"

काका तोंडाकडं बघत राहिला. आणि संभाच म्हणाला, "जरा रानाकडं जाऊन येतो."

"खुळ्या; तुजं रानात आनि काय गटळं ठेवलंय रं?"

घुटमळल्यागत करून संभा म्हणाला, "काका, अप्पा बसलाय त्या जाग्याला जातो. हात जोडून त्यालाच मागून घेतो."

"काय नगो बाबा. आता घर सोडून कुठं जाऊ नगो."

"न्हाई काका. संकटात अप्पाच मला आजवर साय्य झालाय. त्यालाच साकडं घालून बसतो जातो."

कुणाचं न ऐकता संभा घराबाहेर पडला. थेट त्यानं आपलं रान गाठलं. गोरीच्या जागेजवळ जाऊन तो उभा राहिला. हात जोडून म्हणाला, "अप्पा, एकाएकी आज आईनं घोटाळा केलाय. काय तुझी असली पुन्याई, तर ह्यातनं तिला वाचीव. लई नको, चार महिन्यांची सवड दे. यवडी सुग्गी हू द्या. तुज्या श्राद्धाला समादी बांदतो, उदेपन करतो. आईची लई विच्छा हुती. तिच्या डोळ्यांदेखत यवडं माज्या हातनं घडू द्या. दुसरं काय नगो बगा."

असं म्हणून खालची माती त्यानं कपाळाला लावली आणि भुईला डोकं टेकवून तो उठून उभा राहिला. जत्रेतल्या पाळण्यात बसल्यागत भोवतीची रानं, पिकं, सगळी फिरताना दिसू लागली. डोळ्यांना अंधारी मारली. पुढचं काही दिसेना

झालं. असं का, म्हणून तो वर बघत राहिला. त्याचा डोळाच उघडेना झाला. सूर्य वर माथ्यावर आला होता. ऊन वरनं तावत होतं. उन्हात उभ राहायचं होईना तसा तो गार खोपीत गेला. पाल्याची खोप गार होती; पण संभाला बसवेनाच झालं. वैरणीच्या भाऱ्यावर अंग टाकून तो पडून राहिला. जीव सुचित नव्हता. गप पडलं तरी पडू देईना झाला. काय करावं, संभाला कळेना झालं. बसता येत नव्हतं. उठून घरी जावं तर भीती वाटत होती. मनानं धसका घेतला होता. आजवर त्यानं कुणाचं मरण बघितलं नव्हतं... मांडी द्यायची पाळी आली तर काय करायचं? तोंडात कसं पाणी घालू? जीव जाताना कसं डोळ्यांनी बघू? काय वेळ आणलीस रे बाबा!...

संभा उठला. खोपीत चैन पडत नव्हती. तो बाहेर आला. उगंच धाबेवर बसून राहिला. बसवेना झालं. करावं तरी काय? बसलेला संभा उठला. उगंच रानाकडं बघत राहिला. कामं रग्गड पडली होती, पण सुचत नव्हतं. जोंधळ्यात तण उगवलं होतं. भांगलण करायची तशीच होती. तंबाकूचा शेंडा खुडायचा होता. पंधरा दिवस तिकडं ध्यानच कुणाचं नव्हतं. संभा उन्हातच सगळं रान फिरून आला. फिरणं झालं. आता काय करावं? एके जागी बसवत तर नव्हतं. धावेवर उभा राहून त्यानं उगंच नजर टाकली. उसाच्या रानातलं पाणी जमिनीत जिरून एका अंगाची तंबाकू मार खात चालली होती. पाणी लागलं होतं. चर काढून निचरा केला तरच ती हाताला लागणार होती.

संभा खोपीत गेला आणि एक कुदळ घेऊन बाहेर आला. उसाला लागून चर खणावी म्हणून त्यानं धोतर वर कमरेला खोवलं. अंगातला सदरा काढून बाजूला ठेवला. हातात कुदळ धरली आणि पुढं बघून तो चर खणत राहिला. ऊन वरनं ओतत होतं. अंगातनं घाम खाली गळत होता. घामाची नुसती आंघोळ घडत होती. भात्यागत छाती सारखी वर-खाली होत होती. संभा कुदळ हाणत उभाच राहिला.

तिसरा प्रहर उलटून गेला. चौथा प्रहर लागला. ऊन तोंडावर आलं. संभा थांबला नाही. हात सारखे वर-खाली होत होते. दात खाऊन तो कुदळ हाणत होता. मध्येच थांबून ओली माती वर येत होती आणि खड्डा आत आत जात होता. चर काढायची सोडून चार हातांचा त्यानं एक खड्डाच काढून ठेवला होता. गळ्याइतकं आत बुडून कुदळ मारायचं काम त्याचं चालू होतं. आणि एकाएकी हळी कानावर आली. धावेवर उभा राहून त्याचा चुलतभाऊ रामू हळी देत राहिला होता.

हातातली कुदळ बाजूला ठेवून संभा खड्ड्यातनं वर आला. तसा रामूच पळत येत म्हणाला, "काय कराय लागलास रे संबा?"

न बोलता संभा गप्पच उभा राहिला. आणि त्यानं खणून ठेवलेल्या खड्ड्याकडं बघत रामू म्हणाला, "चल लवकर."

"कसं हाय आईला?"

"घरघर लागलीया रं!" असं म्हणून रामूनं सांगितलं, "तुज्या पायात जीव ठेवून बसलीया बग."

"माज्या पायात?"

"व्हय बाबा. पावलं वाजली की त्यवडं तिकडं बगती. चल लवकर."

संभा उभाच राहिला. काय बोलावं त्याला कळेना झालं. आणि तोंडाकडं बघत रामू म्हणाला, "तुजी अक्काबी आत्ताच आलीया. ती बसलीया उशाजवळ. खरं जीवच जाता जाईना झालाय बग."

असं म्हणून रामूनंच खाली वाकून त्यानं काढून ठेवलेला सदरा त्याच्या हातात दिला आणि तगादा लावत तो म्हणाला, "चल उचल पाय. तोंडभेट तर हू द्या बाबा."

संभा खाली बसला. रामू खुळ्यागत त्याच्या तोंडाकडं बघत राहिला. संभा म्हणाला, "रामू, घरघर लागलीया म्हंतोस?"

"व्हय बाबा. आता बोलत बसू नगो आनि."

संभा उठला. दोघंही धावेवर आले. मध्येच थांबून तो रामूला म्हणाला, "तू असं कर – "

"कसं?"

"असंच पळत जा. कल्लोबाच्या रानात भीमगोंडा असंल. त्याला त्यवडं बोलावून घेऊन ये. तवर मी फुडं जातो."

"त्याला कुनी सांगितलं न्हाई व्हय?"

"न्हाई न्हवं."

"तिकडं जाऊ म्हंतोस?"

"पळच. येळ घालवू नगो. अशानं असं सांग आनि फुडं घालूनच घेऊन ये."

रामू बोलत उभा न राहता पळत सुटला. संभा बघत उभा राहिला. पीक आड येऊन तो दिसेना झाला. तसं संभानं तोंड फिरवलं आणि उसाच्या फडाकडं टक लावून तो बघत राहिला. त्याला कळेना झालं. हे काय करून बसलो मी? खुळ्यागत खड्डाच कसा खणून ठेवला?... थोडा वेळ संभा बघत राहिला आणि हात-पाय धुवायला म्हणून तो विहिरीत उतरला. जईवर उभं राहून त्यानं चांगले हात धुतले, नखांत शिरलेली माती तो सावकाश बाहेर काढत बसला. आत माती शिरून काळी झालेली नखं पांढरी दिसू लागली. हात-पाय सगळे धुऊन स्वच्छ झाले. मग ओंजळीत पाणी घेऊन खळखळा त्यानं दोन चुळा भरल्या. एक बोट तोंडात घालून त्यानं दात घासले. पुन्हा चुळा भरल्या. कामानं पोटात खड्डा पडल्यागत झाला होता. पोट सगळं भकाळ गेलं होतं. तहानेनं जीव व्याकुळला होता, पण पाणी प्यायचं सुचलं नव्हतं. तो तसाच पायऱ्या चढून वर आला. अंगात

सदरा घालून उभा राहिला. धावेवर उभं राहून त्यानं मावळतीकडं बघितलं. दिवस बुडायला गेला होता. दोन डोंगरांच्या मध्ये एक दरी दिसत होती. त्या दरीकडं तो बघत राहिला. आभाळातच खड्डा खणल्यागत दिसत होता. संभा बघत राहिला आणि एक उसासा टाकून तो गावाकडं निघाला. पाऊलच उचलत नव्हतं. हातापायांत वरूटे आल्यागत झाले होते. छाती धडधडत होती. इलाज नाही ते, तो पाय उचलत होता. जाणं भाग होतं.

वेस मागं गेली. पेठतनं न जाता मधल्या बोळानं तो घराकडं निघाला. शाळा आली. दगडी भिंतीला अंग टेकून तो तिथंच उभा राहिला. लांब उभा राहूनच घराकडं बघत राहिला.

आणि एकाएकी दंगा कानावर आला. रडणं ऐकू येऊ लागलं. संभाच्या छातीतली धडधड संपली. पावलांत बळ आलं आणि एक वारं सुटावं तसा तो पळत सुटला. गेलेलं तोंड आलं आणि अंगणातच 'आईऽऽ' म्हणून त्यानं जबडा पसरला.

□

काढणी

खोताचा चंदर तसा मूळचा खोडगुणी नव्हे. धुतल्या तांदळासारखा पाक. कधी कुणाच्या अध्यात नाही का मध्यात नाही असा. सरळ नाकासमोर बघून चालणारा. कुणाचं एक नाही का दोन नाही. आपण भलं आणि आपलं काम भलं असं वागणं. कुठं नावं ठेवायला त्याच्यात जागाच नव्हती. एवढा ऐन विशीत आलेला गडी, पण कधी कुणा पोरीकडं डोळा उघडून वर बघायचा नाही. आता चुकून नजरानजर झालीच तर गोष्ट वेगळी! पण मनात कसलं पाप नाही. अशा गोष्टींना त्याच्या मनात थाराच नव्हता. आणि थारा द्यायला त्याला तशी सवडही नव्हती. सवड मिळणार तरी कशी? कारण चंदर हा रांडमुंड बाईचा एकुलता एक मुलगा. त्याला कंठ फुटायच्या आधीच त्याचा बाप त्याला सोडून देवाघरी गेला. बाप असा अवचित गेला आणि मग सगळा बोजा त्याच्या डोक्यावर आला. रानमाळ, शेतमाळा, घरदार, होय-न्हाय हे सगळं त्याच्या गळ्यात पडलं. असं घोंगडं गळ्यात आलं आणि मग वर मान करून तो निघणार तरी कुणाकडे? वेळच्या वेळी पोटाला दोन घास खायला त्याला सवड नव्हती. शेंबडात माशी अडकल्यागत सदा तो आपल्या कामात गुरफटलेला असायचा. आटाला मोठा, राबणार एकटा. करणार तरी काय? उगवलेला दिवस केव्हा मावळायचा आणि मावळलेला दिवस केव्हा उगवायचा याचा पत्ता नसायचा.

अशा या चंदरच्या आयुष्यात एक उगवू नये असा दिवस उगवला.

चांगला सोमवारचा दिवस होता. महादेवाचा वार. या अशा दिवशी शेंगा काढण्याचा मुहूर्त धरून चंदरनं पहिली कुदळ घातली. दिवस उगवायला आरंभ केला. भसाभस वेल उपटून वर येऊ लागले. दिवस उगवून कासराभर वर आला, तेव्हा कपाळाचा घाम पुसून चंदर आपल्या गड्याला म्हणाला,

"हाऱ्या, अरं अजून कशा बायका आल्या न्हाईत?"

हाऱ्या कुदळ टाकून बोलला, ‘‘मालक, त्या काय आपल्या लग्नाच्या बायका हैत व्हय? सकाळच्या भाकरीबिकरी बडवून येतील की आता.’’

‘‘अरं, पर दिस बघ किती वर आला!’’

यावरही मख्खपणानं हाऱ्या म्हणाला, ‘‘मालक दिसच त्यो. वर याचाच!’’

मग जरा चौकशी करावी म्हणून चंदरनं विचारलं, ‘‘चार दिसांत सगळ्या शेंगा वेचून झाल्या पायजेत. मध्येच एकादा पाऊसबिऊस आला तर घोटाळा व्हईल... बायका जरा जास्त-कमी सांगितल्यात न्हवं?’’

‘‘अहो, बघा की आता... एक खांडच्या खांड येईल! आपल्या गौरामावशीलाच कंत्राट दिलंय. आणि बरं का मालक...’’ असं म्हणून तो थांबला आणि न राहवून चंदरनं विचारलं,

‘‘काय?’’

‘‘काय?’’ असं म्हणून आपला एक डोळा बारीक करत हाऱ्या म्हणाला, ‘‘मालक, एक कबुतर असं येनार हाय...एहे! देखते रहेना!’’

चंदर बोलला, ‘‘लेका, गावातल्या बायका म्हणजे आपल्या आई-भैणीसारख्या. त्यांच्याकडं अशा वाईट नजरेनं बघतोस?’’

‘‘मालक, हे परदेशी कबुतर हाय. काल-परवा आपल्या गावात आलंय... उगंच आई-भैणी काढू नका!’’

हाऱ्या आपल्या मालकापेक्षा वयानं चांगला मोठा होता आणि स्वभावानं जरा गमत्या. असं लागट बोलून जरा गुदगुल्या करायचा आणि काय तेवढीच पान-तंबाखू निघती का बघायचा. आत्ताही तोच त्याचा बेत होता. कबुतराचा विषय काढून तो म्हणाला, ‘‘मालक, या. जरा पान खाऊ.’’

‘‘अरं, पर आता बायका येतील.’’

‘‘म्हणूनच म्हंतो, जरा चोच रंगवून बसा.’’

‘‘आणि हे येल कोणी उपटायचं?’’

‘‘या हो. उपटू सावकास.’’

मग चंदरनं हातातली कुदळ टाकली, कंबरेचा बटवा काढला. जवळ असा बटवा ठेवायला हाऱ्यानंच शिकवलं होतं. भोळ्या चंदरला ही अशी एकेक विद्या तोच शिकवत होता. गेल्या वीस वर्षांत त्याला कोणी गुरू भेटला नव्हता तो हाऱ्याच्या रूपानं त्याला मिळाला होता. आपल्या या गुरूजवळ बसून चंदरनं बटवा सोडला. त्यातली हिरवीगार चार पानं काढून दोन आपण घेतली आणि दोन त्याला दिली.

पानाचे देठ खुडताखुडता हाऱ्या म्हणाला, ‘‘मालक, खरं म्हंजे तुमच्यासारख्यांनी ही असली पानं खाऊ नये.’’

"तर मग कसली खायाची?"

"कसली?" असं म्हणून तो बोलला, "कलकत्ता मिठ्ठा!"

"हे आणि काय?"

"पानच हाय. तुम्ही अजून काय बघितलंय?" असं म्हणून तो म्हणाला, "बगा, बगा.... माझ्याकडं न्हवं, तिकडं बांधाकडं बघा."

"बायका आल्या वाटतं?"

"आता वाटतं आणि काय? दिसत न्हाईत काय? आणि मालक, आता तुम्ही हातांत कुदळ घेऊ नका बरं का."

चंदरनं विचारलं, "तर काय करू?"

"नुसतं हातात बटवा फिरवत त्यांच्या पाठीवर ऱ्हायाचं. त्यांच्या म्हंजे त्या मैनेच्या. ते बघा कसं हाय कबुतर! अहो, बघा की जरा... ह्याला म्हनायचं कलकत्ता मिठ्ठा!"

चंदरच्या काळजात गडबड झाली. खालचा श्वास खाली आणि वरचा वर असं काहीतरी झालं. त्याची नजर ठरत नव्हती. दहा-बारा बायकांचा एक खांड रानात आला. हाऱ्यानं सांगितल्याप्रमाणं त्यात एक नवीन तरुण पोरगी होती. कंबर लचकत चालत होती. प्रत्येक पावलाबरोबर तिचा ऊर धपापत होता. हे बघूनच चंदरचं काळीज गार झालं.

हाऱ्या म्हणाला, "मालक, आता शेपटी आत घालून बसू नका. बगा कशी हाय गुलछबू! असली वस्तू चुकून भेटती. तुमचं नशीब बलवत्तर म्हणून आपल्या पायानं चालून आलीया. दवडायची न्हाई... कसं हाय पाखरू?"

चंदर बघतच राहिला. बाया जवळ आल्या. ऐन जवानीतली ती पोर त्या सगळ्या बायांत उठून दिसत होती. ती जवळ येऊन उभी राहिली आणि चंदर खुळा झाला – ठार खुळा... रूप म्हणायचं का काय? तिच्यापुढं अप्सरा झक मारत होती! कशाची अप्सरा... अप्सरा आणि कसली असती! मेणाची बाहुली करावी तशी देवानं तिला घडवली होती. नाक काय, डोळे काय, ओठ काय – नुसते बघून घ्यावेत. तिच्या रूपावर नजर ठरत नव्हती. घराच्या दर्शनी दारावर तोरण बांधावं तशा बटा भुरभरत होत्या आणि काळ्याशार बदामी डोळ्यांच्या पापण्यासारख्या पदराशी खेळत होत्या. स्वर्गातली अप्सराच भुईवर येऊन उभी राहावी तशी ती समोर येऊन उभी होती. चंदर खुळा होऊन बघत होता.

तिची ओळख करून देत गौरामावशी म्हणाली, "मालक, हिला कवा तुमी बगीतली नसशीला. ही माझी लांबची भाची हाय. नक्षत्रासारखी देवानं पोरगी दिली; पण हिचा बा व्यसनात बुडलाय. दिवसरात दारू पितोय आणि घरात दंगाधोपा करतोय. सदा घरात टोळभैरव घेऊन बसतोय. म्हणून हिच्या आईनं मुद्दाम हिला

माझ्याकडं लावून दिलंय... काय करायचं? नशीब म्हणायचं एकेकाचं!'' असं म्हणून तिनं एक सुस्कारा सोडला.

आणि हाऱ्या म्हणाला, ''पर मालकास्नी नाव सांग की गौरामावशी.''

मग तिनं नाव सांगितलं, ''रत्ना हो.''

''इंगा अशी! म्हंजे मालकास्नी हाक ते माराय बरं हो!''

यावर रत्ना लाजली. खुदकन हसून मान वेळावून उभी राहिली. एका हातानं उरावरचा पदर चाचपल्यागत केला, चोरट्या नजरेनं चंदरकडे बघत खालचा ओठ मुडपून जरा आत घेतला आणि वरच्या दोन दातांत तो धरून ठेवला. पांढऱ्याशुभ्र मक्याच्या दाण्यागत ते दात तिचा लालचुटूक ओठ दाबत होते; पण त्या दातांखाली आपलंच काळीज चावलं जातंय असं चंदरला वाटलं. अशात दोघांची नजरानजर झाली. काळीज गलबललं.

हाऱ्या हळूच कोपरखळी देत म्हणाला, ''मालक, आता तुम्ही ह्यांच्या पाठीवर ऱ्हावा. मी कुदळ घेऊन लागतो येल उपटायला.''

हाऱ्या कुदळ घेऊन वेल उपटू लागला. बायकाही कामाला लागल्या. एकेक आरा धरून शेंगा वेचाय लागल्या. त्यांच्या हातांतले वेल खाल-वर होऊ लागले. वेल हातात घेऊन शेंगा तोडतातोडता रत्नाची नजर चंदरकडं वळू लागली. नजरेला नजर भिडली की उरात बाण घुसायचा. मग गप्पकन तो आपली नजर काढून दुसरीकडं बघत राहायचा. हे काय चाललंय त्याला कळत नव्हतं. आजूबाजूचं जग तो विसरून गेला होता. मळीच्या हिरव्यागार गवताच्या कुरणात बसल्यागत त्याला वाटत होतं. तिची नजर वळली की वाऱ्याची झुळूक यावी तसं व्हायचं. अशी ही वाऱ्याची झुळूक यायची आणि साऱ्या हिरव्यागार कुरणातनं सळसळसळ खेळून यायची. गवताच्या हिरव्या काड्या वाकायच्या; लाजेनं पदर तोंडावर घेऊन माना वळवाव्या तशा. हा काय खेळ चाललाय तेच त्याला समजत नव्हतं. दिवसा भर उन्हात चांदणं पडल्यागत दिसत होतं. वर चंद्रमा आणि खाली हिरवंगार कुरण. थंड वाऱ्याच्या झुळकावर झुळका येत होत्या आणि गवताच्या हिरव्यागार काड्या सारख्या लवत होत्या – तीन ठिकाणी अंग लचकत वाकत होत्या. चंदर बसल्याजागी बसून होता.

किती वेळ गेला कळलं नाही. दुपारची भाकरी खायची वेळ झाली. पटावर सोंगट्या बसाव्यात तशा आरा धरून बसलेल्या बायका उठल्या. भाकरी खायाला बांधाच्या एका झाडाखाली जाऊन बसल्या.

हाऱ्या जवळ येऊन म्हणाला, ''मालक, काय भाकरी खायाची सुद्द हाय की न्हाई?''

कशाची भाकरी आणि काय! त्याची तहान-भूक उडाली होती. त्याला कसली

भूकच नव्हती. न खाता-पिताच पोट भरलं होतं. त्याला भाकरीकडं बघावंसुद्धा वाटत नव्हतं.

चंदर म्हणाला, ''हाऱ्या, आज माझी भाकरी तू खा.''

''आणि तुमी?''

''काय इच्छाच न्हाई रं.''

''काय जाईल तेवढं दोन घास खावं की.''

''एक घाससुद्धा नको.''

''म्हंजे अगदी निर्जळी एकादसी करणार म्हना की!''

''तसं म्हण.'' असं म्हणून चंदरनं एक उसासा टाकला. दोघे उठून खोपीवर गेले. आपल्या भाकरीचं गटळं चंदरनं हाऱ्याच्या हातात दिलं. एक लॉटरी लागावी तसा हाऱ्याला आनंद झाला. गटळं सोडायच्या आधी आपल्या नाकाजवळ नेत म्हणाला, ''काय सांडग्याचा खमंग वास येतोय हो!''

''खा, पोटभर खा.''

चंदर शेजारी बसला होता. कुदांडा हाऱ्या खाता खाता म्हणत होता, ''मालक, कसं हाय पाखरू?''

असं दोन-तीनदा ऐकल्यावर चंदरच म्हणाला, ''हाऱ्या, लेका काय बोलावं तुला कळतं का? अरं, ती उर्वशी हाय, रंभा हाय, अप्सरा हाय, देवी हाय! पाखरू आणि फिकरू काय म्हणतोस?''

ह्या बोलण्यानं हाऱ्या जरा हटावला; पण उसनं हसत म्हणाला, ''आम्ही शिकार आणून तुमच्या म्होरं उभी केलीया. आता तुम्ही काय करता बघतो!''

चंदर काही बोलला नाही. हात धुवायला रत्ना समोरच्या धावेवर आली होती. डोणीतलं पाणी घेऊन ती चूळ भरत होती. कोणा एका बाईनं जरा गमतीनं तिच्या अंगावर पाणी उडवलं. त्याबरोबर ती एकदम भेदरली. टणकन उडी मारून एखाद्या हरिणीगत कावरीबावरी झाली. मस्करी लक्षात आल्यावर मोकळेपणानं खळखळ हसली आणि पहिल्या वळीव पावसात काळ्यामाळ्या घालाव्या तशी लांब हात पसरून तिनं आपल्या अंगाभोवती दोन गिरक्या घेतल्या. अवचित तिचं लक्ष खोपीतल्या चंदरकडे गेलं आणि ती धूम पळाली. ती अशी पळून गेली आणि तिचं गोड हसणं तेवढं मागं खळाळत राहिलं. ओढा तर दिसू नये, पण वाहत्या ओढ्याचं मंजुळ खळाळणं कानावर येत राहावं तसं झालं. त्या गोड नादात तो बुडून गेला – खोप विसरून गेला. समोरची धाव विसरली, ती डोण विसरली आणि समोर तळं पसरलं. भलं मोठं तळं – हिरव्यागार झाडांनी वेढलेलं. सभोवार अशी झाडी. तळ्याचा काठ हिरवागार दिसत होता; गोऱ्यापान हातात हिरवी काकणं दिसावीत तसा. अशा या झाडीतनं एक हरीण कानोसा घेत हळूच त्या काठावर येताना

दिसलं. बेतानं, दबकत दबकत ती तळ्याजवळ गेली. चांदण्यात बुडालेल्या तळ्यात चंद्र दिसला. निळ्या आभाळातनं तो खाली वाकून बघत होता. तळ्याच्या त्या आरशात आपलंच रूप न्याहाळत होता. मध्येच ते उठले. तळ्यातला चंद्र हेंदकळला - हसू लागला; आणि हरीण घाबरलं - टण्णकन उडी मारून मागं फिरलं - काठावरून झाडीत शिरून दिसेनासं झालं. पेटलेले ते तरंग तेवढे मागं राहिले... चंद्र हेंदकळत होता. काय झालं हेच कळत नव्हतं.

एक ढेकर देऊन नेसूच्या धोतराला हात पुसला. हाऱ्या जवळ येऊन बसला आणि म्हणाला, ''मालक, अहो पान तरी खावा. काडा बटवा.''

चंदरनं बटवा काढून हातात दिला. पानाचे देठ खुडताखुडता हाऱ्या बोलला, ''मालक, काय वय असंल पोरीचं?''

नाराजीनं चंदर म्हणाला, ''काय करायचं वय घेऊन?''

''साळंत नाव घालायला म्हणत न्हाई मी!''

''तर मग?''

''आता काय सांगायचं तुम्हाला? अहो, पदर येऊन किती सालं झाली असतील ह्येचा इचार करतोय. द्या जरा तंबाकू.''

तळहातावर तंबाकू मळत हाऱ्या म्हणाला, ''मालक, नुस्तं असं लांब ऱ्हाऊन बघत बसू नका. शेंगा वेचाय लागल्यावर जरा चाचपून बघा, शेंगा नीट खुडल्यात का. निम्मी-अर्धी शेंग येलालाच ऱ्हाती हे बघाय नको का? आणि येल चाचपून बघताना जरा नीट चाचपा. कळलं का?''

''काय?''

''डोस्कं माझं! अहो, नीट चाचपा म्हंजे...''

त्याचं बोलणं एकदम तोडत चंदर म्हणाला,''आलं ध्यानात. बास कर शानपना!''

''म्हंजे आमचीच खुळ्यात हजरी काडता? अहो, चार उन्हाळं-पावसाळं जास्त काढल्यात. आमचं ऐका. चला. बायका गेल्या. जरा देखरेख करायला...''

असे एकाला तीन दिवस गेले. आज शेंगाकाढणीचा चौथा दिवस. उद्याचा एक दिवस गेला की काम संपत होतं. उद्याचा संबंध दिवस लागतोच का अर्ध्या दिवसातच काम संपतंय याचाही नीट अंदाज आला नव्हता. बहुतेक उद्या तिसऱ्या प्रहरपर्यंत शेत सगळं मोकळं होईल असं वाटत होतं. चंदरचं मनही पीक निघालेल्या मोकळ्या, भकास दिसणाऱ्या वावरागत झालं होतं. त्यास कसली उभारी नव्हती, सळसळ नव्हती. त्याला काही बोलावं असंही वाटत नव्हतं. शेजारी बसलेला हाऱ्याच म्हणाला, ''मालक, तुमच्यापुडं एक नारळ फोडून ऊद घालू का?''

''काय झालं रं?''

हाऱ्या म्हणाला, "एवढं तुम्हाला शिकवाय लागलोय तर जरासुद्धा परिणाम कसा न्हाई? आज तुमाला शप्पतच घालतो!"

"कसली?"

"अहो, कसली काय?" असं विचारून तोच म्हणाला, "तिच्या हातातला येल तुम्ही चाचपून बघायचा. त्या निमित्तानं हाताला हात लावायचा... जेवडं बोलता येईल तेवढं बोलायचं. अहो, भेटणार न्हाई अशी मैना भेटलीया आणि आमचा ह्यो राघू गप्पच! जरा गुलूगुलू बोला राव! आज जर शेपटी घालून बसला तर उद्या तुमचा न्हाई. मग शिकार मीच करीन. आईशप्पत सांगतो, मी शिकार केल्याशिवाय सोडायचा न्हाई. शपतेवर गोष्ट करून दावीन. दावू?"

हे ऐकताना चंदरला घामच सुटला. तो आरपार हादरून गेला. हाऱ्याच्या अनेक गोष्टी त्यानं ऐकल्या होत्या. बाईबाजीत त्याचा हात धरणारं कोणी नव्हतं हे चंदरनं त्याच्याकडूनच ऐकलं होतं. काही ऐकलं होतं आणि काही प्रत्यक्ष डोळ्यांनी बघितलंही होतं. गेल्या जत्रेत तीन दिवस तो रोज एक नवी बाई पटवून शेतावर आणत होता. जत्रेला आलेल्या परगावच्या तरुण पोरींना तो कसा घुलवायचा देवच जाणे! थक्क होऊन चंदरनं त्याला एकदा विचारलं, "तुला हे कसं काय जमतं?" तो म्हणाला होता, "ती एक कलाच हाय. आधी रागरंग बगायचा, मग बरोबर सावज हेरायचं आणि टाकायचं बगा जाळं. बरोबर मासा गावतोय. ह्येलाच वशीकरण म्हंत्यात!"

चंदरला त्याच्या बोलण्याची आठवण झाली. हाऱ्याच्या या जाळ्यात रत्ना सापडायला नको म्हणून उसनं अवसान आणून तो म्हणाला, "आज बरोबर काय करायचं ते करतो. तू काय भानगड करायची न्हाई."

"बगा राव! आंबा पाडाचा हाय! दुसराच कोनतरी उचलून घेऊन जाईल. त्याचीच मला भीती वाटती."

"न्हाई, न्हाई. आज बग तर खरं!"

हाऱ्या म्हणाला, "अहो, एकाला तीन रोज बगतच बसलोय की!"

"पर आजची गोष्ट निराळी."

"बात पक्की?"

"पक्की बाबा, पक्की!"

"बघा! न्हाईतर आम्ही जाळं टाकू हंऽऽ!"

"लेका, शप्पत हाय तुला. तसं काय करायचं न्हाई."

"शप्पत?"

"सुटली म्हना."

एवढ्यात बायका येताना दिसल्या. त्यांना बघून हाऱ्या म्हणाला, "आज एक

दिवस तुम्हाला सवड देतो बघा. आज जर काय हातनं झालं न्हाई तर उद्या राज्य माझं!''

हाऱ्या असं निर्वाणीचं बोलून गेला. आता त्याचं बोलणं म्हणजे आकाशवाणीच! त्यानं जाळं लावलाय, त्या जाळ्यात रत्ना सापडलीया, असं हे सगळं दिसाय लागलं. ह्या नुसत्या कल्पनेनंच त्याचा जीव कासावीस होऊन गेला. उलघाल होऊ लागली.

बघताबघता बायका आरा धरून बसल्या. त्यांच्या हातातले शेंगाचे वेल वर-खाली होऊ लागले. ते बघून चंदरचा जीव उलथापालथ होऊ लागला. एवढ्यात त्याची नजर हाऱ्याकडं गेली. हाऱ्या त्याच्याकडंच बघत होता. त्याची नजर साधी नव्हती. ती जणू त्याला म्हणत होती – मालक, काय करता बगतोच आता! आजचा एक दिवस तुम्हांला सोडतो – न्हाईतर उद्या राज्य माझं!

त्याबरोबर चंदर उठला. एखाद्या मांत्रिकानं मूठ मारावी तसा भारून गेला. त्याचे पायच त्याला ओढून नेत होते. तो थेट शेंगांच्या वावरात गेला. बायका शेंगा वेचत होत्या तिथं आला.

त्याला जवळ आलेला बघून रत्ना बावरली. तिनं एकदा पदर नीट केला आणि हातांतल्या वेलीच्या शेंगा खुडताखुडता तिची नजर चंदरकडे वळू लागली. गार वाऱ्याची झुळूक येऊन हिरव्या गवताच्या काड्या हलू लागल्या. सळसळसळ करून झुळूक सगळ्या कुरणातनं पळून खेळू लागली. चंदरच्या अंगात वीज संचारली. त्याचं अंग सगळं मोहरून गेलं. डोक्यात मुंग्या उठल्या. कान बधिर झाले. काय होतंय हे कळायच्या आत तो रत्नाच्या पाठीशी जाऊन उभा राहिला. रत्नाही भांबावली. चोरनजरेनं कानोसा घेत राहिली. तिलाही काही सुधरेना झालं. धड शेंगा तोडता येईना झाल्या. तिच्या हातातली वेल नुस्तीच उलथीपालथी होऊ लागली आणि गप्पकन खाली वाकून तिच्या हातातला वेल चाचपत चंदर कसाबसा म्हणला, ''रत्ना, हे शेंगा...''

त्याच्या वाक्यात कर्ता, कर्म, क्रियापद यांची सगळी घालमेल झाली. कशाचा काय पत्ता नव्हता. आवाजही घोगरा झाला होता. कापऱ्या आवाजात तो काय बोलला हे त्याचं त्यालाही कळलं नाही. रत्नाही हडबडली. एकाएकी असा वेलीला हात घातल्यावर ती दचकली. कावरीबावरी होऊन बघत राहिली.

भानावर येत चंदरच म्हणाला, ''तोड, तोड, शेंगा तोड. वेलीला काय ठेवू नको.'' असं म्हणून तो तिथंच तिच्या पाठीवर उभा राहून घुटमळत राहिला. अधनंमधनं तो हाऱ्याकडं बघत होता. हाऱ्याची नजर त्याला धीर देत होती. मधनंच काही खुणावत होता. 'बोला, बोला' असा इशारा करीत होती. एक आवंढा गिळून चंदर कसाबसा बोलला, ''रत्ना, हे... काय बरं?... गाव कोंचं म्हनायचं?''

पदर नीट करून खालमानेनंच ती म्हणाली, "काय म्हणाला?"

"हे... आमच्या गावात पैल्यांदाच का?"

"काय मला तुमचं बोलणंच कळत न्हाई."

हाऱ्या खुणावत होता. त्याचा इशारा घेऊन तो बोलू लागला.

"त्याचं काय हाय – औंदा हळद लावावी म्हंतो."

"काय म्हणाला?"

"ऊस हाय की पाच एकर... रत्ना, बरं का, हीर पायऱ्यांची हाय बरं का आमची. धुणं घेऊन कवाबी एत जा. लई चांगली हाय... निर्मळ धुयाचं..."

चंदरचं वारू असं उधळलं. दिशा सोडून दौडू लागलं. काय बोलतोय, काय नाही ह्या कशाचा काय पत्ताच लागेना झाला. नुसते शब्द तोंडातनं बाहेर येत होते. तो बोलत होता. आणि त्याचं तोंड सगळं घामानं डबडबलं होतं. काय करावं हे रत्नालाही कळत नव्हतं.

मध्येच एकदा गौरामावशी म्हणाली, "काय मालक, काय एवडं रत्नासंगं बोलाय लागलाय?"

हाऱ्याच्या धाकानं चंदर आज दिवसभर रत्नाच्या मागं मागं करीत होता. एक फोनो लावून ठेवावा तसा सारखा बोलत होता. न बोलणाऱ्या राघूला नवा कंठ फुटला होता. त्याला किती बोलू आणि किती नको असं झालं होतं.

संध्याकाळी बायका निघून गेल्यावर त्याला शाबासकी देत हाऱ्या म्हणाला, "मालक, आज आमी तुम्हाला मानलं! आता उद्या ह्याच्या फुडं पाऊल टाकायचं."

"तू बगच की!"

"बरं, आज काय हातबित दाबला का न्हाई?"

फुशारकी मारत चंदर म्हणाला, "तर काय नुस्ता येलच चाचपत होतो काय? एकदा तर शेंग तोडायच्या निमितानं तिचं बोटच धरून वडलं!"

"शाबास! उद्या आता दुसरं काय तरी वडा."

रात्र आता जात नव्हती. सारखी रत्ना डोळ्यांपुढं दिसत होती. रात्र जाऊन दिवस केव्हा उगवतो असं त्याला झालं होतं. तांबडं फुटायलाच चंदर उठून बसला. विहिरीत आंघोळबिंघोळ करून दिवस उगवायलाच तयार झाला. रत्ना येण्याची वाट बघत बसला.

कासराभर दिवस वर आला. शेंगा वेचायला बायका रानात आल्या. बायका आल्या; पण त्यात रत्ना नव्हती. रत्ना सोडून सगळ्या आल्या होत्या. चंदरचा सगळा हुरूपच गेला. बायका कामाला लागल्या – पण पाय मोडल्यागत चंदर बसल्याजागी बसूनच राहिला.

तिसऱ्या प्रहरीचं काम संपलं. शेंगाचे वाटे घेऊन बायका निघून गेल्या. दिवस

कलला. वाऱ्याच्या झुळका येत होत्या.

पण हिरव्या गवताच्या काड्या लवत नव्हत्या. सळसळसळ करून झुळूक कुरणातनं पळत नव्हती. डोळ्यांपुढचं हिरवंगार कुरण भकास झालं होतं. शेंगा काढलेलं मोकळं वावर तेवढं मागं राहिलं होतं. कुदळीनं खणलेल्या मातीशिवाय दुसरं काही दिसत नव्हतं. काढणी झाली होती. शेंगा निघाल्या होत्या. पीक निघालेलं मोकळं भकास वावर तेवढं डोळ्यांपुढं पसरलं होतं.

...गेले तीन दिवस कसं भर दिवसा चांदणं पडत होतं. हिरव्यागार मळीच्या कुरणात बसल्यागत वाटत होतं. चांदण्यात बुडालेलं तळं डोळ्यांपुढं पसरत होतं. हिरव्यागार झाडींनी वेढलेलं. गोऱ्यापान हातांत हिरवी काकणं दिसावीत तसं.

आणि आता?...

पीक निघालेल्या मोकळ्या वावरातील नुसती माती... काळी माती आणि ढेकळं तेवढी दिसत होती.

□